ஒன்றே சொல்! நன்றே சொல்!

தொகுதி-6

D1770839

சுப. வீரபாண்டியன்

உங்கள் ரசனை மேம்பட
வானவில் புத்தகாலயம்

10/2 (8/2) போலீஸ் குவார்ட்டர்ஸ் சாலை (முதல் தளம்)
(தியாகராயநகர் பேருந்து நிலையத்திற்கும் காவல் நிலையத்திற்கும் இடைப்பட்ட சாலை)
தியாகராயநகர், சென்னை - 600 017
Phone: 2986 0070, 2434 2771 Cell: 72000 50073
Vanavil Puthakalayam 6 th sense_karthi
e-mail : vanavilputhakalayam@gmail.com
Website: www.sixthsensepublications.com

Title:
ONDRE SOL NANDRE SOL PART - 6

Author:
Suba Veerapandian

Address:
Vanavil Puthakalayam
10/2(8/2) Police Quarters Road (First Floor),
(Between Thiyagaraya Nagar Bus Stop & Police Station)
Thiyagaraya Nagar, Chennai - 17
Phone: 2986 0070, 2434 2771.
Cell: **72**000 **50**0**73**
Vanavil Puthakalayam

6 th sense_karthi

e-mail : vanavilputhakalayam@gmail.com
Website: www.sixthsensepublications.com

Edition:
First : September, 2011
Second : February, 2013
Third : December, 2019

Pages : 144
Price : Rs. 135

© Suba Veerapandian

Publisher
Karthikeyan Pugalendi

Managing Editor
P. Karthikeyan

Layout
M. Magesh

No part of this book may be reproduced or transmitted in any form without permission in writing from the author or publisher

நீங்கள் Smart Phone உபயோகிப்பவராக இருந்தால் QR Code Reader Application மூலம் இதை Scan செய்தால் நேரடியாக எமது இணையதளத்திற்கு சென்று மேலும் எங்கள் வெளியீடுகள் பற்றிய விவரங்களைப் பெறலாம்.

ISBN :978-81-92465-89-0

தலைப்பு : ஒன்றே சொல்! நன்றே சொல்! (தொகுதி – 6)
நூலாசிரியர் : சுப. வீரபாண்டியன்
பக்கங்கள் : 144
விலை : ரூ.135

உரிமை : சுப வீரபாண்டியன்
முதற்பதிப்பு : செப்டம்பர், 2011
இரண்டாம் பதிப்பு : பிப்ரவரி, 2013
மூன்றாம் பதிப்பு : டிசம்பர், 2019

வானவில் புத்தகாலயம்
10/2 (8/2) போலீஸ் குவார்ட்டர்ஸ் சாலை (முதல் தளம்)
(தியாகராயநகர் பேருந்து நிலையத்திற்கும் காவல் நிலையத்திற்கும் இடைப்பட்ட சாலை)
தியாகராயநகர், சென்னை – 600 017
தொலைபேசி : 2986 0070, 2434 2771.
கைபேசி: **72**000 **50**0**73**
மின்னஞ்சல்: subavee11@gmail.com

இந்தப் புத்தகத்திலுள்ள எந்த ஒரு பகுதியையும் பதிப்பாளர் மற்றும் எழுத்தாளர் அனுமதியை எழுத்து மூலம் பெறாமல் பதிப்பிக்கவோ, நாடகமாக்கவோ, திரைப்படமாக்கவோ கூடாது.

மு. கருணாநிதி
முதலமைச்சர்

தலைமைச் செயலகம்
சென்னை - 600 009

நாள் 26-03-2009.

வாழ்த்துரை.

"கலைஞர் தொலைக்காட்சி"யில் காலை வேளையில் எந்தவொரு நிகழ்ச்சியை நான் பார்த்தாலும் – பார்க்கா விட்டாலும் – தம்பி சுப. வீரபாண்டியன் அவர்களின் "ஒன்றே சொல்! நன்றே சொல்!" என்ற நிகழ்ச்சியைப் பார்க்கத் தவறு வதில்லை.

அவர் நம்மை அழைத்து "ஒன்றே சொல்! நன்றே சொல்!" எனச் சொல்வது ஒரு சொல் அல்ல! அது ஒரு வைரக் கல்! ஆம், பட்டை தீட்டப்பட்ட வைரக் கல்!

பகுத்தறிவு பற்றி மேற்கோள்கள் பலவற்றுடன் அவர் அளிக்கும் மருந்து – தமிழ்ச் சமுதாயத்தின் மூட நம்பிக்கை நோய் தீர்க்கும் மருந்து.

வரலாறுகளைப் புரட்டி – அவர் நம் கண் முன்னால் விரித்து வைக்கும் செய்திகள், நிகழ்வுகள் அனைத்தும் தெவிட்டாத விருந்து.

அழகான தமிழ் –
ஆணித்தரமான குரல் –
அடுக்கடுக்கான உவமைகள் –
அத்தனையும் அறிவுக்கடலின் ஆழத்திலிருந்து
எடுத்த முத்துக்கள்.

அந்த முத்தாரம் அணிந்து – தொலைக்காட்சியில் தம்பி, "சுப.வீ" எப்போது தோன்றுவாரென்று நான் நாள்தோறும் காலை நேரத்தில் எதிர்பார்க்கிறேனே, அது தான் அவரது கருத்துகளைத் தாங்கி வெளி வரும் "ஒன்றே சொல்! நன்றே சொல்!" என்ற இந்தத் தொகுப்புக்கு நான் எழுதிய சிறப்புரை என்று எடுத்துக் கொள்ளலாம்.

என்றும்

அன்புள்ள,

(மு. கருணாநிதி)

1,2,3 தொகுதிகளுக்கான

நன்றியுரையே முன்னுரையாக...

காடுகள், மலைகள், கவின்மிகு கடல்களில் மட்டுமின்றி, வெளிகளில்கூட விரிந்து கிடக்கிறது உலகம். அள்ள அள்ளக் குறையாமல் ஆயிரம் கோடிப் புதையல், காலம் தோறும் காத்துக் கிடக்கிறது நம் முன்னால்!

எடுக்கப் புறப்பட்டவர்கள் ஏராளமாய் ஏந்தி வருகின்றனர். சோம்பிக் கிடப்பவர்கள், சுற்றுச் சுவர்களுக்குள் முடங்கிப் போகின்றனர்.

அள்ளிவர முடியாவிட்டாலும், அங்கு கொஞ்சம், இங்கு கொஞ்சமாய்க் கிள்ளி வரும் வாய்ப்பினை எனக்கு வழங்கியது இரண்டாண்டுகளுக்கு முன், கலைஞர் தொலைக்காட்சி.

2007 ஆகஸ்ட் மாதத் தொடக்கத்தில், ஒரு விபத்திற்குள்ளாகி, காலில் எலும்பு முறிந்து, கட்டிலில் படுத்திருந்த நேரம், தொலைபேசியில் அழைத்தார் நண்பர் ரமேஷ் பிரபா. செப்டம்பர் 15 முதல் தொடங்கப்படவிருக்கும் கலைஞர் தொலைக்காட்சியில் ஒவ்வொரு நாளும் ஒரு செய்தி குறித்து நீங்கள் பேச வேண்டும் என்றார்.

உவகையில் உள்ளம் அசைந்தது. ஆனால், கடுகளவும் கால் அசைக்க முடியவில்லை. அதனால் தயங்கித் தயங்கி மறுத்தேன். தடுமாற்றம் வேண்டாம், இன்னும் இரண்டு வாரம் காத்திருக்கிறேன், குணப்படுத்திக் கொண்டு கூடிய விரைவில் வாருங்கள் என்றார்.

அந்தக் காத்திருத்தலுக்கு என் முதல் நன்றி.

தொலைக்காட்சியைப் பார்க்கத் தொடங்கிய பின், வானொலியைக் கேட்பது குறைந்துதான் போயிற்று. ஆனாலும், காலை 7.35 மணி முதல் 7.40 வரை, 'இன்று ஒரு தகவல்' பகுதிஙய மட்டும் கேட்கத் தவறுவதில்லை நான். ஆயிரம் சிங்கக் குரல்கள் இருந்தாலும், தென்கச்சியாரின் அந்த கிராமியக் குரல் ஒரு தனி சுகம். ஐந்து நிமிடங்களுக்குள்ளாகக்கூட, ஒரு செய்தியைச் சொல்லிவிட முடியும் என்கிற நம்பிக்கையை அந்த நிகழ்ச்சி தந்தது. அதுவும், அந்தக் குறுகிய நேரத்திற்குள் ஒரு எடுப்பு, ஒரு தொடுப்பு, ஒரு முடிப்பு என ஒரு வடிவத்தையே அவர் உருவாக்கி வைத்திருந்தார்.

தமிழ்நாட்டில் எத்தனையோ பேரைப் பாதித்ததைப்போல, என்னையும் தென்கச்சியார் பாதித்தார். அந்தப் பாதிப்பு எனக்குள் படிந்து கிடந்திருக்கிறது. அந்தத் தாக்கம்தான் இப்போது ஒன்றே சொல்லவும், அதனை நன்றே சொல்லவும் எனக்கு உதவியுள்ளது.

எப்போதும் நான் மதிக்கும் அந்தத் தென்கச்சியாருக்கு என் நன்றி.

நிகழ்ச்சி தொடங்கிய சில வாரங்களிலேயே, நண்பர்களிடமிருந்து பாராட்டும், ஊக்கமும் கிடைத்தன. புகழ்பெற்ற பெருமக்கள் சிலரும் தொலைபேசியில் அவ்வப்போது அழைத்துப் பாராட்டினர். திராவிடர் கழகத் தலைவர் ஐயா கி.வீரமணி, திரு. ஏ.வி.எம். சரவணன், ஐயா ஆர்.எம்.வீ., திரு.வலம்புரி சோமநாதன் போன்றவர்கள் அளித்த பாராட்டுரைகள், என்னை நான் மேலும் நெறிப்படுத்திக் கொள்ள உதவிற்று.

ஒருநாள், நிகழ்ச்சி முடிந்த சில நிமிடங்களில், ஒரு தொலைபேசி வந்தது.

"முதலமைச்சர் வீட்ல இருந்து பேசுறோம், ஐயா பேசுறாங்க" என்று சொன்னவுடன், பதற்றம் என்னைப் பற்றிக் கொண்டது.

அந்தக் கரகரப்பான குரலில், கலைநயம் மிகுந்த தமிழில், கலைஞர் என்னைப் பாராட்டினார்.

என் கல்லூரி நாள்களில், காரைக்குடி, காந்தி திடலில் ஆயிரமாயிரம் மக்களில் ஒருவனாய்த் தொலைவில் நின்று, கேட்கக் காத்திருந்த குரல் அன்றோ அது! இன்று என்னோடு நேரிடையாகப் பேசுகின்றபோது, எத்தனை இன்பம் என்நெஞ்சுக்குள்!

இப்படி இன்னும் ஓரிரு முறைகள், அவருடைய பாராட்டைப் பெற்றேன். சென்னை, இராமச்சந்திரா மருத்துவமனையில், பிப்ரவரி 25 காலை, அவரைப் பார்க்கச் சென்றிருந்தபோதும், "இன்று காலை, மெக்சிகோ போராளிப் பெண்களைப் பற்றி நீ பேசிய செய்தி நன்றாக இருந்தது" என்றார்.

இந்த நிகழ்ச்சிகளுக்குப் பிறகுதான், அந்தச் சிற்றுரைகள் நூல் வடிவம் பெறத் தொடங்கிய வேளையில், கலைஞரிடமே ஒரு வாழ்த்துரை கேட்கலாமே என்று தோன்றியது. கேட்டேன். நூலைக் கொண்டு வந்து கொடு என்றார்.

25-03-09 மாலை நான்கு மணிக்கு, கோபாலபுரம் வீட்டில் கொண்டு போய்க்கொடுத்தேன். 26ஆம் தேதி காலையில் தொலைபேசி

வந்தது. ''வாழ்த்துரை தயாராக உள்ளது. வாங்கிக் கொண்டு போகலாம்'' என்றார், உதவியாளர் மருதநாயகம்.

எல்லோருக்கும் நன்றி சொல்லலாம். எப்படி நான் நன்றி சொல்வேன் தலைவர் கலைஞருக்கு!

இடையிடையே சில நூல்களை இந்நிகழ்ச்சியில் நான் அறிமுகப் படுத்தினேன். எழுத்தாளர்கள் பலருடன் எனக்குத் தொடர்பு ஏற்பட அது உதவிற்று. நல்ல நூல்கள் பலவும் எனக்கு வந்து சேர்ந்தன. தேடித் தேடிப் படைப்பிலக்கிய நூல்கள் பலவற்றை அனுப்பி வைத்தார். அன்பே உருவான ஆங்கரை பைரவி.

அப்பா என்று என்னை அழைக்கும் அந்தப் பிள்ளைக்கும், என்னை **மதித்துத் தம் நூல்களை அனுப்பிய எழுத்தாளர் பலருக்கும் என் நன்றி உரியது.**

தொடர் வண்டிப் பயணத்தில் ஒரு பெரியவர் என்னைப் பார்த்து, ''ஏம்ப்பா, இவ்வளவு நல்ல விஷயத்தை எல்லாம் சொல்றியே, இத்தனை நாள் எங்கிருந்தே?'' என்றுகேட்டார்.

''இருபது வருடங்களாக நான் இப்படித்தான் பேசிக் கொண்டிருக் கிறேன். ஆனாலும் ஊடகம்தான் என்னை உங்கள் வீட்டிற்குக் கொண்டு வந்திருக்கிறது'' என்றேன்.

இப்படி உலகெங்கும் உள்ள தமிழர்களின் வீடுகளுக்கு என்னை அழைத்துச் சென்றிருக்கும் கலைஞர் தொலைக்காட்சிக்கும், காணும்போதெல்லாம் ஊக்குவித்துப் பாராட்டும், திரு.அமிர்தம், திரு.இராம.நாராயணன் ஆகியோருக்கும் நன்றி.

அறிமுகம் அதிகமில்லை. ஆனாலும் தொடர்பு கொண்டு, உங்கள் குரலை நூல் வடிவில் கொண்டு வருகிறேன் என்றார் வானவில் புத்தகாலய உரிமையாளர் சுப.புகழேந்தி. இசைந்தேன். தினந் தோறும் நான் கலைஞர் தொலைக்காட்சியில் ஆற்றும் உரைகளைப் பதிவு செய்யத் தொடங்கினார். நண்பர் பாலகிருஷ்ணனின் வித்தக விரல்கள் விரைந்து அதனைத் தட்டச்சு செய்தன.

எனக்கே மலைப்பாக உள்ளது. இப்போது ஏறத்தாழ ஈராயிரம் பக்கங்கள் அணியமாய் உள்ளன. அவற்றுள் சிலவற்றைத் தேர்ந்தெடுத்து, ஏறத்தாழ 500 பக்கங்கள், மூன்று தொகுதிகளாய் முதலில் வெளியிடப்படுகின்றன. தொடர்ந்தும் தொகுதிகளைக் கொண்டு வர இருக்கின்றோம்.

இயந்திரத் தனமில்லாமல், ஓர் ஈடுபாட்டோடு இந்தத் தொகுதிகளை வெளிக் கொண்டு வந்துள்ள வானவில் புத்தகாலயக் குழுவினருக்கும், அழகிய அட்டை வடிவமைப்பை வழங்கியுள்ள அருமை நண்பர் விஜயனுக்கும் என் நன்றி.

கருஞ்சட்டைத் தமிழரின் உதவி ஆசிரியர் உமாவின் ஒத்துழைப்பு இல்லையென்றால், உரிய நேரத்தில் இந்த நூல் வெளிவந்திருக்காது. சலிக்காமலும், முகம் சுளிக்காமலும், மெய்ப்புத் திருத்தி, சிலவிடங்களில் திருத்தம் சொல்லி உதவிய உமாவிற்கு நன்றி.

தோழர் எழில் இளங்கோவனின் இணையற்ற துணைக்கும், கருஞ்சட்டைத் தமிழர் உதவி ஆசிரியர் மயில்வாகனனின் உதவிகள் பலவற்றிற்கும் என் நன்றி.

என் பணிகள் அனைத்திலும் உடனிருந்து, தொய்வின்றி அவை நடைபெறத் தோள்கொடுத்து, ஒவ்வோர் அரங்கிலும் என்னை உயர்த்திப் பிடிக்கும், நான் சார்ந்திருக்கும் திராவிட இயக்கத் தமிழர் பேரவைத் தோழர்கள் அனைவருக்கும் நன்றி.

வீட்டிலிருக்கும் நேரம் மிகக் குறைவு. இருக்கும்போதும், புத்தகம் படித்துக் கொண்டும், தொலைபேசியில் உரையாடிக் கொண்டும் உள்ள ஒரு மனிதனை எந்த மனைவி சகித்துக் கொள்வார்?

அந்தச் சகிப்புத் தன்மையால்தான், என்னால் இப்படிப் பல செயல்களைச் செய்ய முடிகிறது. என் வாழ்க்கைத் துணைவர் வசந்தாவிற்கும், நாள் தவறாமல் இந்நிகழ்ச்சி பற்றித் தன் கருத்தைச் சொல்லும் என் மூத்த மகன் இலெனினுக்கும் என் நன்றி.

எவ்வளவுதான் நினைந்து நினைந்து எழுதினாலும், விட்டுப் போனவர்களின் பட்டியல் ஒன்று இருந்தே தீரும். அப்படி இருந்தால், அவர்கள் என்னை மன்னிக்கட்டும்.

— சுப.வீரபாண்டியன்

4,5,6 தொகுதிகளுக்கான

முன்னுரை

2010 மார்ச் 1 காலை 9 மணிக்கு, வழக்கம்போல் கலைஞர் தொலைக்காட்சியில், ஒன்றே சொல் நன்றே சொல் நிகழ்ச்சி முடிந்த மறுநிமிடம், எனக்கு ஓர் இன்ப அதிர்ச்சி காத்திருந்தது.

அன்று நான், மாற்றுத்திறனாளிகள் குறித்துப் பேசியிருந்தேன். பிப்ரவரி மாதம் கோவைக்கு ஒரு நிகழ்ச்சிக்காகச் சென்றிருந்த வேளையில், சூரிய நாகப்பன் என்னும் நண்பர் ஒருவரை, நான் சார்ந்திருக்கும் திராவிட இயக்கத் தமிழர் பேரவையின் கோவை மாவட்டச் செயலாளர் தோழர் சூலூர் தேவராசன் எனக்கு அறிமுகம் செய்து வைத்தார். சூரிய நாகப்பன் ஒரு மாற்றுத்திறனாளி. ஐக்கிய நாடுகள் அவை, மாற்றுத்திறனாளிகள் குறித்து உருவாக்கியுள்ள சில ஆவணங்களையும், அதில் இந்தியா 2007 ஆம் ஆண்டே கையொப்பம் இட்டுள்ளதையும் சுட்டிக் காட்டினார். அந்தச் செய்தி என்னைக் கவர்ந்தது. அதனைத் தொலைக்காட்சியில் சொல்ல வேண்டுமென்று கருதி, ஆவணங்களைப் பெற்றுக் கொண்டேன்.

எண்ணியவாறு தொலைக்காட்சியில் பேசி முடித்த மறுநிமிடம், முதலமைச்சர் தலைவர் கலைஞர் அவர்கள் தொலைபேசியில் என்னை அழைத்தார். செய்திகளைச் சிறப்பாகச் சொன்னதற்காகப் பாராட்டினார். அந்த ஆவணங்களை எல்லாம் உடனே எடுத்துக்கொண்டு வா என்றார். காலை 10 மணிக்கு ஆவணங்களைக் கோபாலபுரத்தில் கொண்டுபோய்க் கொடுத்தேன்.

அன்று இரவு 7 மணிச் செய்தியில், இது குறித்து முதலமைச்சர் அறிக்கை வெளியிட்டிருந்தார். அதில் என் பெயரையும் குறிப்பிட்டிருந்தார். மாற்றுத் திறனாளிகளுக்கு விரைவில் உதவிகள் பல செய்ய இருப்பதாக அதில் தெரிவித்திருந்தார். அடுத்து வந்த நிதிநிலை அறிக்கையிலேயே, மாற்றுத் திறனாளிகளுக்காக 179 கோடி ரூபாயை முதல்வர் ஒதுக்கி இருந்தார். மாற்றுத் திறனாளிகளுக்கென்று

தனித்துறையையும் ஏற்படுத்தி, அதைத் தன் பொறுப்பிலேயே வைத்துக்கொண்டார். மாற்றுத்திறனாளிகளின் மனங்கள் மகிழ்ந்தன.

மூன்று ஆண்டுகளுக்கும் மேலாகத் தொடர்ந்து ஒளிபரப்பாகி வரும் ஒன்றே சொல் நன்றே சொல் நிகழ்ச்சியின் மிகப்பெரிய பயன்பாடாக இதனை நான் கருதுகின்றேன். முதல்வர் கலைஞர் அவர்களுக்கு நெஞ்சார்ந்த நன்றியைத் தெரிவித்துக் கொள்கின்றேன்.

2009இல் வெளிவந்த முதல் மூன்று தொகுதிகள், 2010 ஆம் ஆண்டுக்குள் மூன்று பதிப்புகளைக் கண்டுள்ளன என்பது ஊக்கம் தருகிறது. இப்போது வெளிவரும் தொகுதிகளும் அதே வரவேற்பைப் பெறும் என்னும் நம்பிக்கை வருகிறது.

இத்தொகுதிகளில் உள்ள கட்டுரைகள் அனைத்தையும் மிகச்சில நாள்களுக்குள் இரவு பகலாய் ஒளியச்சு செய்து தந்த உமாவிற்கு என் நன்றி உரியது.

ஆங்கரை பைரவியைப் போலவே, தான் படித்த, தனக்குக் கிடைத்த நல்ல நூல்களை எல்லாம் அவ்வப்போது அனுப்பிக் கொண்டிருக்கும் திரு சின்னமனூர் சோமசுந்தரம் அவர்களுக்கும், நூல்களை அனுப்பி வைக்கும் நண்பர்கள், எழுத்தாளர்கள் அனைவருக்கும் நன்றி.

உடல் உழைப்பின் மூலம் இந்நூலுக்கு உதவிய தோழர் நெல்லை சந்தானத்திற்கு நன்றி.

முதல் மூன்று தொகுதிகளுக்கு எழுதப்பட்டுள்ள முன்னுரையில் நன்றி கூறப்பட்டுள்ள அனைவருக்கும் மீண்டும் என் நன்றி.

நீங்கள் காட்டும் அன்பும், ஆதரவும் அடுத்தடுத்த தொகுதிகளைக் கொண்டு வரும்.

- சுப.வீரபாண்டியன்

1,2,3 தொகுதிகளின்

பதிப்புரை

இன்றைய தலைமுறைக்குப் படிப்பதற்கு நேரம் ஒதுக்குவதற்கு முடிவதில்லை. எவற்றைப் படிக்க வேண்டும் என அவர்களுக்கு வழிகாட்டுவதற்கும் யாருமில்லை. அவர்களுடைய அறிவுப் பசியைத் தீர்க்கும் விதத்தில், தான் பெற்ற உலக அனுபவங்கள், தான் படித்த புத்தகங்களின் சாரங்கள் இவற்றைக் கலைஞர் தொலைக்காட்சியின் ‘ஒன்றே சொல்! நன்றே சொல்!’ உரைத் தொகுப்பின் மூலமாக நமக்குத் தருகிறார் ஐயா சுப.வீரபாண்டியன் அவர்கள். அந்த உரைத் தொகுப்பின் ஒரு பகுதி புத்தக வடிவில் மூன்று தொகுதிகளாக இப்போது உங்கள் கரங்களில் தவழ்கிறது. மற்ற தொகுதிகளும் தொடர்ந்து வெளி வரும்.

காலை 8.45 மணிக்கு எல்லார் வீட்டிலும் கலைஞர் தொலைக் காட்சியின் ஒன்றே சொல்! நன்றே சொல்! நிகழ்ச்சியைத்தான் பார்த்துக் கொண்டிருப்பார்கள்.

எங்கள் வீட்டில் அந்த நேரம் கூடுதல் பரபரப்பு நிலவும் நேரம். நாங்கள் அந்த நிகழ்ச்சியை விரும்பிப் பார்ப்பது மட்டுமல்ல அந்தப் பரபரப்புக்குக் காரணம், அதை கவனமாக தினமும் ஒலிப்பதிவு செய்து கொண்டு வந்து புத்தக வடிவில் வருவதற்கு ஒளி அச்சுக்கோர்வை செய்யவும் வேண்டும்.

நாங்கள் உலக வரலாற்றை, இலக்கியங்களை, சமூக மாற்றங் களைப்பற்றித் தெரிந்து கொள்வதற்கு அது பெரிதும் உதவியிருக் கிறது. இப்போது உங்களுக்கும் புத்தக வடிவில் இருந்து உதவப் போகிறது.

ஐயா சுபவீ அவர்கள் தன் இடையறாத பணிகளுக்கிடையில் புத்தகம் வெளிவருவதற்கு உதவி புரிந்துள்ளார்கள். அவர்களுக்கு எங்கள் நன்றி.

முத்தமிழ் அறிஞர் தமிழக முதல்வர் டாக்டர் கலைஞர் அவர்கள் எங்கள் பதிப்புத்துறைக்கு செய்துள்ள நன்மைகள் ஏராளம். அவர்கள் இந்த நூலுக்கு அருமையானதொரு வாழ்த்துரை தந்து சிறப்பித்திருக்கிறார்கள். அவர்களுக்கும் எங்கள் மனமார்ந்த நன்றியைத் தெரிவித்துக்கொள்கிறோம்.

சுப.புகழேந்தி

வானவில் புத்தகாலயம்

பொருளடக்கம்

1. சுவரெழுத்து சுப்பையா 13
2. சர். ஐசக் நியூட்டன் 18
3. கலைவாணரின் கிந்தனார் கதை 23
4. ஓரினச் சேர்க்கை 28
5. சாதி - தமிழ்ச் சொல்லா 33
6. விளையாட்டும் பந்தயமும் 38
7. பொது இடங்களும் மத நம்பிக்கைகளும் 42
8. பெஞ்சமின் பிராங்ளின் 46
9. யானையால் யானையாத் தற்று 51
10. மார்த்தண்ட வர்ம மகாராஜா 56
11. உலகெல்லாம் உறவே 61
12. காந்தியாரும் அவரது உதவியாளரும் 66
13. சங்க இலக்கியங்களில் பார்ப்பனர் 71
14. பணத்தை வென்றது பாசம் 77
15. இழப்பதற்கோ தமிழிசை 82
16. லிபியா 87
17. கேம்பிரிட்ஜ் பல்கலைக் கழகம் 91
18. கற்பவை கற்க! 96
19. மண்டேலா பேசுகிறார் 100
20. சொர்க்கத்திற்குப் போன சந்நியாசி 105
21. இதய நோய் ஏற்படாதிருக்க 110
22. ஆசிரியர்கள் மூத்த மாணவர்களே! 115
23. பகுத்தறிவும் மூடநம்பிக்கையும் 120
24. உண்ணாவிரதம் 124
25. பசவண்ணர் 129
26. புதியதோர் உலகு செய்வோம் 133
27. தூத்துக்குடி - சில தகவல்கள் 139

சுவரெழுத்து சுப்பையா

'தன் வாழ்நாளெல்லாம் பொதுமக்களின் நன்மைக்காகவே பெரியார் உழைக்கிறார். பொதுமக்களுக்காகவே பாடுபடுகிறார். பொது மக்களுக்காகவே கருத்துகளைச் சொல்கிறார். பொது மக்களுக்காகச் சொல்லப்படுகிற கருத்து களை, பொதுமக்களின் சுவர்களில் எழுதாமல் வேறு எங்கு எழுதுவது?'

திராவிடர் கழகத்தினுடைய பொதுச் செயலாளர் கவிஞர் கலி.பூங்குன்றன் அவர்கள் ஒரு பெரியவருடைய படத்தைக் காட்டி இவர் யார் தெரிகிறதா என்று கேட்டபோது, உற்றுப் பார்த்தேன், எனக்குத் தெரியவில்லை. பிறகு அந்தப் பெரியவருடைய பெயரை அவர் சொன்னார். கேட்டவுடன் என் உடம்பில் ஒரு மின்சாரம் பாய்ந்தது என்று சொல்லவேண்டும்.

அந்தப் பெயரைத் தமிழகம் அறிந்திருக்குமா என்று எனக்குத் தெரியாது. என் வயதினரே அறிந்திருப்பார்களா என்றுகூடத் தெரியாது. இளைய தலைமுறையினர் தெரிந்திருக்க வாய்ப்பு இல்லை. அந்தப் பெரியவரின் பெயர் சுவரெழுத்துச் சுப்பையா. என் வாழ்க்கையில் பெரிய மாற்றங்களை, என் சிந்தனையில் பெரிய கிளர்ச்சியை ஏற்படுத்தியது அந்த சுவரெழுத்துச் சுப்பையாதான். அவருடைய படத்தைக்கூட இதுவரையில் நான் பார்த்ததில்லை. அவர் யார்,

எங்கேயிருந்தார், என்னவாக இருந்தார் என்பன போன்ற எந்த விவரங்களும் எனக்குத் தெரியாது.

நான் காரைக்குடியில் பள்ளிக்கூடத்தில் படிக்கிறபோது, சிறுவனாக இருந்த நேரத்தில், அவர் அங்கே சுவர்களிலே எழுதி வைத்திருந்த அந்த எழுத்துகள் என்னிடத்திலே மிகப்பெரிய தாக்கத்தை ஏற்படுத்தின.

தார் கொண்டு சுவர்களிலே எழுதுவார். அதுதான் அவருடைய வழக்கம். நான் சொல்லுவது ஏறத்தாழ 50,60 களின் தொடக்கத்திலே நடந்தவை. நாற்பது ஐம்பது ஆண்டுகளுக்கு முந்திய தமிழகத்தின் சுவர்களெல்லாம் அந்தத் தார் எழுத்துகளைத் தாங்கி நிற்கும். அந்த எழுத்துகளின் சொந்தக் காரர்தான் சுவரெழுத்துச் சுப்பையா.

பள்ளிக் கூடத்திற்குப் போகிற வழியில் நான் நின்று அந்த எழுத்துகளைப் படித்துவிட்டுப் போயிருக்கிறேன். அத்தனை ஆண்டுகளுக்கு முன்னால் படித்த அந்த எழுத்துகள் இன்றும் அப்படியே என் மூளையில் பதிந்து கிடக்கின்றன. தந்தை பெரியாரிடமிருந்து நான் பெற்ற சிந்தனைகளை, மிக எளிமையாக முதலில் என்னிடத்தில் கொண்டுவந்து சேர்த்தவர் இந்தச் சுவரெழுத்துச் சுப்பையாதான் என்று சொல்லவேண்டும்.

சக்தியுள்ள சாமியின் கோயிலுக்குச்
சாவியும் பூட்டும் ஏன்?

என்பது அவர் எழுதி வைத்திருந்த வரிகள். எல்லாவிதமான சக்தியும் கடவுளுக்கு இருக்கிறது. அவனன்றி ஓர் அணுவும் அசையாது என்று சொன்னால் பிறகு அவன் இருக்கிற கோயிலுக்குச் சாவியும், பூட்டும் ஏன்? என்று அவர் எழுதி வைத்திருந்த அந்த வரியும், அன்பேதான் ஆண்டவன் என்று சொன்னால் ஆண்டவன் கைகளில் சூலாயுதம் ஏன் என்று அவர் கேட்ட கேள்வியும், அந்த வயதில் அப்படியே என் மூளையில் பதிந்தன.

பூங்குன்றன் அவர்களிடத்திலே அவரைப் பற்றிய செய்திகளை எல்லாம் கேட்டு அறிந்தேன்.

அவர் பிறப்பால் மலேசியத் தமிழர். மயிலாடுதுறைக்கு ஒரு நாடோடியாக வந்து சேர்ந்திருக்கிறார். மயிலாடுதுறையிலே இருந்த, பெரியாரின் கருத்துகளைப் பரப்பிய, மளிகைக் கடை வைத்திருந்த அரங்கசாமி என்கிறவரிடத்திலே அவர் அடைக்கலம் புகுகிறார். அரங்கசாமிதான் அவருடைய பாதுகாவலர். அரங்கசாமியின் கடையிலே இருப்பார். புத்தகங்களை நிறையப் படிப்பார். பிறகு பகலில் எங்கு பார்த்தாலும் சுவரில் எழுதுவார். பெரியாருடைய கருத்துகளை உள்வாங்கிக் கொண்டு, தன்னுடைய சொற்களில் சின்னச் சின்னதாக எழுதுவார். இன்றைக்கு மயிலாடுதுறை, நாளை தஞ்சை, அடுத்தநாள் புதுக்கோட்டை பிறகு காரைக்குடி, இராமநாதபுரம், இராமேசுவரம் என்று ஒரு நாடோடியைப் போல அலைந்து அலைந்து சுவர்களில் எழுதுவதையே தன்னுடைய தொண்டாக அவர் வைத்துக் கொண்டிருந்தார்.

திருமணம் செய்து கொள்ளவில்லை. குடும்பம் இல்லை. தன்னந்தனி மனிதர். எழுதுகிற போதுகூட உதவிக்கு யாரையும் அழைத்துக்கொண்டு போவதில்லை. ஆங்கிலத்திலே ஒன்மேன் ஆர்மி என்று சொல்வார்களே, அப்படித் தனிமனித இராணுவமாக அவர் தொடர்ந்து செயல்பட்டுக் கொண்டே இருந்திருக்கிறார். எழுதுவதற்குப் பெரிய பொருட்செலவும் இல்லை. ஏடுகளிலே அவருடைய கையெழுத்தைப் பார்த்தால் அவ்வளவு விளங்காது. ஆனால் சுவர்களிலே எழுதுகிறபோது சித்திரம் போல இருக்கும். அந்தச் சித்திரத்தை வடித்த தூரிகை எது, அந்த மை எது என்று கேட்டால் நமக்கு வியப்பாக இருக்கிறது.

தெருவிலே கொட்டிக்கிடக்கிற தார் டின்னை எடுத்து, அதில் கொஞ்சம் மண்ணெண்ணையைக் கொட்டிக் கலந்து குழைத்துக் கொண்டு, தென்னை மட்டையை எடுத்து அதில் கொஞ்சம் துணியைச் சுற்றிக்கொண்டு எழுதுவார். அதுதான் அவருடைய தூரிகை. தெளிவாய், பிசிறில்லாமல் அந்த எழுத்துகள் இருக்கும். அந்த எழுத்துகள் தமிழ்நாட்டிலே ஒரு புரட்சியை ஏற்படுத்தின என்றுகூட நாம் சொல்லலாம்.

அவர் கூறிய இன்னொரு செய்தியும் கூட வியப்பானதும் உண்மையானதும் ஆகும். எந்த விதமான பெயின்ட் அல்லது

மையில் எழுதினாலும், மழை வந்தால் அது அழிந்துபோகும். சுவரெழுத்துச் சுப்பையா சொல்லுவாராம், 'தார் கொண்டு எழுதினால் மழையிலும் அழியாது' அழியாது என்பது மட்டுமன்று, மழை நின்றதற்குப் பிறகுதான் அது மேலும் ஒளிவிடும், மின்னும். எனவே தார் கொண்டு எழுதியதை அழிப்பது அவ்வளவு எளிதில்லை. நீண்ட நெடுநாட்களுக்கு அது அப்படியே இருக்கும்.

காவல் துறையைச் சேர்ந்தவர்கள் இரவு நேரங்களில் இவர் இப்படி எழுதுவதைப் பார்த்துவிட்டு, பல நேரங்களிலே இவரைக் காவல் நிலையத்திற்கு அழைத்துப் போயிருக்கிறார்கள். தண்டித்தும் இருக்கிறார்கள். சில காவலர்கள் கோபப்பட்டு எந்த அளவுக்கு முரட்டுத்தனமாக நடந்துகொண்டிருக்கிறார்கள் என்றால், தலையிலே வைத்திருக்கும் தார்ச் சட்டியை அடித்து உடைத்திருக்கின்றனர். அந்தத் தார் முகமெல்லாம் வழிந்த நிலையும்கூட இவருக்கு நேர்ந்திருக்கிறது. மறுநாளும் தார்ச் சட்டியை எடுத்துக் கொண்டு போய் சுவர்களிலே எழுதுவதுதான் அவருடைய வழக்கம். பிற்காலத்தில் அவர் தன் பார்வையை இழந்ததற்குக் கூட, முகத்தில் வழிந்த அந்தத் தார்தான் காரணம் என்று கூறுகின்றனர்.

அவருடைய வாழ்க்கையிலே சுவையான நிகழ்ச்சிகளும் நடந்திருக்கின்றன. ஒருமுறை பெரியாரிடத்திலே பற்று உடைய மிகப்பெரிய காவல் அதிகாரி இவர் எழுதுவதைப் பார்த் திருக்கிறார். பார்த்துக் கொண்டிருந்துவிட்டுப் பிறகு அவரைத் தன்னுடைய வண்டியிலேயே ஏற்றிக் கொண்டு காவல் நிலையத்திற்கு வருகிறார். காவல்நிலையத்திலே உட்கார வைத்துச் சுப்பையாவிடத்திலே நியாயமான ஒரு கேள்வியைக் கேட்கிறார். 'நீங்கள் பெரியாரின் கருத்துகளை எழுதுகிறீர்கள். பெரியார் ரொம்பவும் நேர்மையானவர். பொது ஒழுக்கத்திற்குக் கட்டுப்பட்டவர். நீங்கள் இன்னொருவர் சுவற்றில் இப்படி யெல்லாம் எழுதுகிறீர்கள். அது தனியாரினுடைய சுவர். அவர்களுடைய அனுமதியைப் பெறாமல், அவர்கள் வீட்டுச் சுவரை இப்படிப் பாழடிப்பதற்கு உங்களுக்கு என்ன உரிமை இருக்கிறது? இது பொது ஒழுங்கை மீறிய காரியமில்லையா? பெரியாரின் போக்கிற்கு எதிரானதாக இல்லையா? என்று இவ்வளவு கேள்விகளை அடுக்கியிருக்கிறார்.

இத்தனை கேள்விகளையும் உள்வாங்கிக் கொண்ட சுப்பையா மிகச் சுருக்கமாக விடை சொல்லியிருக்கிறார். 'தன் வாழ்நாளெல்லாம் பொதுமக்களின் நன்மைக்காகவே பெரியார் உழைக்கிறார். பொதுமக்களுக்காகவே பாடுபடுகிறார். பொது மக்களுக்காகவே கருத்துகளைச் சொல்லுகிறார். பொது மக்களுக்காகச் சொல்லப்படுகிற கருத்துகளை, பொதுமக்களின் சுவர்களில் எழுதாமல் வேறு எங்கு எழுதுவது?'

நாங்கள் எங்களுக்காக அந்தச் சுவற்றை எடுத்துக் கொள்ளவில்லை. பொதுமக்களுக்கான கருத்தை பொதுமக்க ளுக்குப் புரிகிற மாதிரி நாங்கள் எழுதுகிறோம் என்று குறிப்பிட்டிருக்கிறார். இப்படி வாழ்நாள் முழுவதும் இதையே தன்னுடைய தொண்டாகக் கொண்டு அவர் செய்திருக்கிறார்.

ஒருமுறை அவர் தொண்டு கண்டு வியந்து பாராட்டி, ஓர் இளைஞர் அவரிடத்திலே ஒரு கையொப்பம் (ஆட்டோகிராப்) கேட்டிருக்கிறார். அந்தச் தார்ச் சட்டியைக் கீழே வைத்துவிட்டு அவரை ஓங்கி ஒரு அறை அறைந்திருக்கிறார். எதற்காக அவர் தன்னை அடித்தார் என்று அவனுக்குப் புரியவில்லை. பிறகு அவரே சொல்லியிருக்கிறார், 'ஒன்றை நினைவிலே வைத்துக்கொள். ஐயா பெரியார் சொல்லுவதை நான் எழுதுகிறேன் அவ்வளவுதான். இதெல்லாம் அவர் தந்த அறிவு. எப்போதாவது கையொப்பம் வாங்கவேண்டும் என்று நினைத்தால், நீ வாங்குவதற்கும் போடுவதற்கும் தகுதியான ஒரே மனிதர் பெரியார் மட்டும்தான். பிறரிடத்திலே கையெழுத்துக் கேட்கிற வேலையெல்லாம் இனி வைத்துக் கொள்ளாதே ' என்று கூறியிருக்கிறார். சுவரெழுத்துச் சுப்பையா, பெரியாரின் முரட்டுத் தொண்டர்களிலே ஒருவர்.

தன்னலமே இல்லாமல், பொதுநலத்திற்காக, ஒரு தலைவனின் கருத்துகளை ஏற்றுக் கொண்டு, அவரின் சிந்தனைகளைப் பரப்புவதற்காவே சுப்பையா வாழ்ந்திருக்கிறார் என்பதை அறியும்போது நம் உடல் சிலிர்த்துப்போகிறது.

சர்.ஐசக் நியூட்டன்

நியூட்டனுக்குத் திடீரென்று நாடாளுமன்றத்திலே உறுப்பினராகும் வாய்ப்புக் கிடைத்தது. 13 மாதங்கள் அவர் நாடாளு மன்றத்திலே இருந்தார். ஆனாலும், எப்படிப் பக்கத்து கிராமத்துக்குப் போய்ப் பொருட்களை விற்பதில் அவருக்கு ஆர்வம் ஏற்படவில்லையோ, அதைப்போல நாடாளு மன்றத்தில் பணியாற்றுவதிலும் அவருக்கு ஆர்வம் ஏற்படவில்லை.

நவீன அறிவியல் உலகில் முக்கியமானவர்களில் ஒருவராகக் கருதப்படுகிற சர்.ஐசக் நியூட்டன் சின்ன வயதில் மிக மந்தமான ஒரு குழந்தையாக இருந்தார். அவர் மூளையிலே சுறுசுறுப்பு இல்லை. அவருடைய செயல்பாடுகளிலே புத்திசாலித்தனம் இல்லை. ஒரு மந்தமான குழந்தையாக, பள்ளிக்கூடத்திலே கூடக் கடைசி நிலையிலே கருதப்படுகிற மாணவனாகத்தான் இருந்தார்.

1642ஆவது ஆண்டு ஒரு கிறிஸ்துமஸ் நாளில் நியூட்டன் பிறந்தார். இங்கிலாந்து நாட்டிலே பிறந்த அவரது தொடக்க நாள்கள், மகிழும்படியாக இல்லை. பள்ளிக்கூடத்திற்குப் போனதற்குப் பிறகும் ஆசிரியர்கள் அனைவரும் அவரைப் பற்றிக் குறைதான் கூறினார்கள். இந்தப் பையன் படித்துத் தேறுவானா என்கிற எண்ணம்தான் எல்லோருக்கும் இருந்தது.

ஆனால் வாழ்க்கையிலே சில நேரங்களில் சில அதிசயங்கள் நிகழும். அப்படி ஓர் அதிசயம் அவர் வாழ்க்கையிலே நடந்தது. அவரோடு கூடப் படிக்கிற

ஒரு பையனுக்கும், அவருக்கும் இடையிலே ஒரு நாள் கடுமையான அடிதடி சண்டை ஏற்பட்டு, அவன் ஓங்கி நியூட்டனினுடைய வயிற்றில் குத்தி விடுகிறான். அவர் சுருண்டு கீழே விழுகிறார். அவர் விழிப்புப் பெற்று எழுந்ததற்குப் பிறகு, அவருடைய வாழ்க்கையின் போக்கே முழுமையாக மாறி விடுகிறது. அடுத்தடுத்த நாட்களிலே இருந்து அவருடைய எல்லா நடவடிக்கைகளிலேயும் மாற்றம் தெரிகிறது. சுறுசுறுப்பாக இயங்குகிறார். மிகக் கூர்மையாகச் சிந்திக்கிறார். புதிய புதிய செய்திகளைப் பேசுகிறார்.

எப்படி அந்த மாற்றம் நடந்தது என்பதை அன்றைக்கு இருந்த மருத்துவ உலகினால் கண்டு பிடிக்க முடியவில்லை. ஏதோ முடங்கிக் கிடந்த ஓர் உறுப்பு அந்த அடியின் தாக்கத்தினாலே மறுபடியும் உயிர்ப்புப் பெற்றிருக்க வேண்டும் என்றுதான் பொதுவாகக் கருதினார்கள். எப்படியிருந்தாலும் அன்றிலிருந்து மிகத் தேர்ந்த மாணவனாக விளங்கிய அவருக்கு ஒரு பெரிய குறை இருந்தது, அவர் தன் இளமையிலேயே தந்தையை இழந்தவராக இருந்தார். அதற்குப் பிறகு அவருடைய தாய் அன்னாள், மீட் என்கிற இன்னொரு பாதிரியாரை மணந்து கொண்டார். ஆனால் அந்தப் பாதிரியார்கூட நியூட்டனுக்கு 14 வயது நடக்கிறபோதே இறந்து போனார். எனவே நியூட்டனால் படிப்பைத் தொடர முடியவில்லை.

அந்தக் குடும்பத்தினுடைய வறுமை காரணமாக, பொருட்களை யெல்லாம் பக்கத்து கிராமத்துக் சந்தைக்குப் போய் விற்று வரவேண்டிய நிலைக்கு ஆளானார். அவருடைய தாய்க்கு, பிள்ளையைப் படிக்க வைக்க முடியவில்லையே என்கிற பெரிய கவலை இருந்தது. ஆனாலும் ரொட்டிக்கே வழியில்லாதபோது படிக்க வைத்து என்ன செய்வது என்கிற எண்ணத்தினாலே, தன்னுடைய பிள்ளையை பக்கத்து கிராமத்திற்கு அவர் தொடர்ந்து அனுப்புகிறார். ஆனாலும் சின்னவனாக இருக்கிறான், 15, 16 வயது, போய் வியாபாரம் செய்யத் தெரியுமோ தெரியாதோ என்கிற கவலை அவரை வாட்டுகிறது. ஒரு பெரியவரையும் சேர்த்து அந்தத் தாய் அனுப்பி வைக்கிறாள்.

அடுத்த ஊருக்குப் போகும் வரை நியூட்டன் நல்ல பிள்ளைபோல் போவான். போனதற்குப் பிறகு, அந்தத் தாத்தாவிடத்திலே சரக்குகளையெல்லாம் நீயே விற்றுவிடு, அதுவரை பக்கத்திலே இருக்கிற ஒரு பெரியவருடைய வீட்டுக்குப் போய்ப் புத்தகங்களை யெல்லாம் படித்து விட்டு வருகிறேன் என்று அங்கே ஓடி விடுவான். தொடர்ந்து புத்தகம் படிப்பதிலே அவனுக்கு ஏராளமான ஆர்வம் இருந்தது. சின்ன வயதிலேயே சின்னச் சின்னப் பொருட்களையும் தானே செய்வதில் ஓர் ஆர்வம் இருந்தது. இந்த செய்தி தாயின் காதுக்கு

எட்டியபோது, அவர் ஒரு முடிவுக்கு வந்தார். படிப்பிலே இவ்வளவு ஆர்வமாக இருக்கிற பிள்ளையை எப்படியாவது படிக்க வைக்க வேண்டும், துன்பப்பட்டாவது, கடன் வாங்கியாவது அவனைப் படிக்க வைக்க வேண்டும் என்கிற எண்ணம் கொண்டார்.

கேம்பிரிட்ஜ் பல்கலைக்கழகத்திலே ஓர் அங்கமாக இருந்த ஒரு கல்லூரியில் நியூட்டனை அவருடைய தாய் சேர்த்து விட்டார். இத்தனை துன்பங்களுக்கு இடையே படித்து வந்த நியூட்டனுக்கு மறுபடியும் ஒரு சோதனை வந்தது. தெற்கு இங்கிலாந்து முழுவதும் 1650களுக்குப் பிறகு, பிளேக் நோய் பரவிற்று. அந்த பிளேக் நோய் பரவிய காரணத்தினாலே பள்ளிக் கூடங்கள் எல்லாம் மூடப்பட்டன.

ஒரு மாதம், இரண்டு மாதம் அல்ல. 6 மாத காலம் பல்கலைக்கழகங்கள் உள்ளிட்ட அனைத்துக் கல்வி நிறுவனங்களுக்கும் விடுமுறை அறிவிக்கப்பட்டது. மறுபடியும் நியூட்டனினுடைய படிப்பு நின்று போயிற்று.

நியூட்டன் போராடி போராடித்தான் தன்னுடைய படிப்பைத் தொடர்ந்தான் என்று நாம் பார்க்கிறோம். ஒன்றரை ஆண்டுகள் வீட்டிலிருந்த நியூட்டனால் ஏதும் செய்யாமல், படிக்காமல், சிந்திக்காமல் இருக்க முடியவில்லை. அப்போதுதான் தன், தாயோடு தோட்டத்தில் உட்கார்ந்திருந்த நேரத்திலே, கீழே விழுந்த ஆப்பிள் அவனுக்குள் பல சிந்தனைகளைக் கிளறிற்று. அப்போதுதான் அந்தப் புவி ஈர்ப்புச் செய்தியைப் பற்றிய ஆராய்ச்சிக்கு அவன் வந்தான். அவன் கண்டுபிடிப்புகள் மிகப்பெரிய அதிர்வை உலகில் ஏற்படுத்தின. அவன் எழுதிய, அறிவியல் உலகத்தில் போற்றப்படுகிற ஒரு நூல், தி மேத்த மேட்டிக்கல் பிரின்சிபில்.

அறிவியல் உலகிலே புதிய புதிய கனவுகளை அந்தப் புத்தகம் உருவாக்கிற்று என்று கூறுவார்கள். அந்த நூல் அறிவியல் உலகிலே மட்டுமின்றி, அரசியல் உலகத்திலேயும் மிகப்பெரிய மாற்றத்தை உருவாக்கித் தந்தது. நாடாளுமன்ற உறுப்பினராக அவர் நியமிக்கப் பட்டார். எந்த எதிர்பார்ப்பும் இல்லாமல் அறிவியல் சோதனைகளிலே ஈடுபட்டிருந்த நியூட்டனுக்குத் திடீரென்று நாடாளுமன்றத்திலே உறுப்பினராகும் வாய்ப்புக் கிடைத்தது. 13 மாதங்கள் அவர் நாடாளுமன்றத்திலே இருந்தார். ஆனாலும், எப்படிப் பக்கத்து கிராமத்துக்குப் போய்ப் பொருட்களை விற்பதில் அவருக்கு ஆர்வம் ஏற்படவில்லையோ, அதைப்போல நாடாளுமன்றத்தில் பணியாற்றுவதிலும் அவருக்கு ஆர்வம் ஏற்படவில்லை. நாடாளுமன் றத்திலே அவர் பேசிய நேரம் மிக மிகக் குறைவு. விவாதங்களிலும் அவர் அதிகமாகக் கலந்து கொள்ளவில்லை.

அவருடைய ஆர்வம் முழுவதும் அறிவியல் கண்டுபிடிப்பில் இருந்ததே தவிர, வணிகத்திலோ, அரசியலிலோ அவருக்கு நாட்டம் ஏற்படவில்லை. எனவே அவர் விலகி வெளியே வந்து விடுகிறார். மீண்டும் நாடாளுமன்ற உறுப்பினர் ஆகிற வாய்ப்பு அவருக்குக் கிடைக்கிறது. ஆனாலும் அதை அவர் விரும்பவில்லை. இருந்த போதும், அந்த நாட்டினுடைய மகாராணி, 1705ஆவது ஆண்டு, அவருக்கு சர் என்கிற பட்டத்தை வழங்குகிறார். ஆகையினாலேதான் சர். ஐசக் நியூட்டன் என்று இப்போதும் நாம் அவரை அழைக்கிறோம்.

உலகம் முழுவதும் அவருடைய கண்டுபிடிப்புகளிலே வியந்து நிற்கிறது. அவருடைய கண்டுபிடிப்பு மேலும் பல கண்டு பிடிப்புகளுக்கு வழி வகுக்கிறது. ஏறத்தாழ மூன்று நூற்றாண்டுகள் அவருடைய கண்டுபிடிப்பைப் போல, அறிவியல் உலகில் ஆதிக்கம் செலுத்திய கண்டுபிடிப்புகள் என்று வேறு எவற்றையும் சொல்ல முடியாது.

அவருடைய 80ஆவது வயதில் சுவாசப்பை வீக்கம் அவரை மிகுந்த துன்பத்திற்கு உள்ளாக்கியது. அவரால் சிந்திக்க முடியவில்லை. செயல்பட முடியவில்லை. சுவாசப்பை வீக்கம் என்கிற அந்த நோயோடும்கூட, தொடர்ந்து பல அறிவியல் கருத்தரங்கங்களுக் கெல்லாம் போய் வந்தார். ஐந்து ஆண்டுகளுக்குப் பிறகு 1927ஆவது ஆண்டு, அந்த சுவாசப்பை வீக்கத்தினாலேயே, 85 ஆவது வயதில் அவர் இந்த உலகத்தை விட்டு மறைந்தார்.

நியூட்டன் மறைந்திருக்கலாம். ஆனாலும் நியூட்டன் கொடுத்து விட்டுச் சென்ற அறிவியல் செய்திகள், அறிவியல் கண்டுபிடிப்புகள் இன்னமும் அறிவியல் உலகத்தை ஆள்கின்றன. மாற்றுக்கருத்துக்கள், மாற்றுக் கண்டுபிடிப்புகள் எல்லாம் வந்து விட்டன என்றாலும்கூட அவருடைய கண்டுபிடிப்பைப் புறந்தள்ளிவிட முடியாது. நியூட்டனின் மூன்றாம் விதி என்று திரைப்படத்திற்குப் பெயர் வைக்கிற அளவுக்கு, அவருடைய அறிவியல் விதிகள் சமூகத்தில், பொதுமக்களிடம் கூடப் புகழ் பெற்றிருப்பதை நாம் அறிகிறோம்.

கலைவாணரின் கிந்தனார் கதை

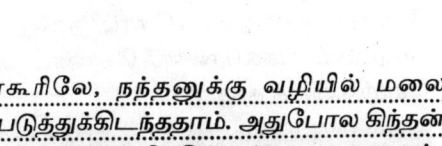

திருப்புன்கூரிலே, நந்தனுக்கு வழியில் மலை போல் மாடு படுத்துக்கிடந்ததாம். அதுபோல கிந்தன் திருவனந்தபுரம் எக்ஸ்பிரசில் ஏற முடியாமல், கோட்டும் சூட்டும் போட்ட டிக்கெட் கலெக்டர் மலைபோல் நின்று தடுத்தாராம்.

சேங்காலிபுரம் அனந்தராம தீட்சிதருக்குத் தமிழகம் ஒரு விதத்திலே நன்றிக் கடன்பட்டிருக்கிறது.

*1940*இல், அன்றைக்கு மிகப் புகழ்பெற்ற நடிகையாக இருந்த டி.ஆர்.ராஜகுமாரி சென்னை தியாகராயர் நகரிலே ஒரு பெரிய மாளிகையைக் கட்டியிருந்தார். அந்தப் புதுமனை புகு விழாவில் அனந்தராம தீட்சிதரினுடைய நந்தனார் சரித்திரம் என்கிற கதாகாலட்சேபத்தை நடத்த வேண்டும் என்று அவருக்கு ஆசை. தீட்சிதரிடத்திலே கேட்டுக் கொண்டபோது அவர் தயக்கம் காட்டினார். தயக்கத்துக்கு இரண்டு காரணங்கள், ஒன்று சூத்திரர்கள் வீட்டில் தான் பாடுவதில்லை என்பது, இரண்டாவது, அதுவும் ஒரு நடிகையின் வீட்டில் தான் வந்து பாடுவதை விரும்பவில்லை என்பது. எனவே அவர் வர மறுத்துவிட்டார்.

டி.ஆர்.ராஜகுமாரி, கலைவாணரிடத்திலே நடந்ததைக் கூறி, இப்படி கதாகாலட்சேபம் செய்யக்கூட அவர் வர மறுத்துவிட்டார் என்ற போது, கவலைப்படாதேம்மா. உனக்குக்

கதாகாலட்சேபம் தானே, நான் நடத்துகிறேன் என்று சொன்னார். இவர் எப்படி நடத்துவார் என்று எல்லோரும் நினைத்தார்கள். ஆனால் தீட்சிதரை விடச் சிறப்பாக, ஏறத்தாழ நந்தனார் சரித்திரம் போலவே, கிந்தனார் சரித்திரம் என்ற நகைச்சுவையான, அறிவூட்டக்கூடிய கதாகாலட் சேபத்தை அன்றைக்கு அவர் நடத்தினார்.

இதனை, 'சமூக விஞ்ஞானி கலைவாணர்' என்கிற பெயரில், அண்மையிலே வெளிவந்திருக்கிற ஓர் அரிய நூல் குறிப்பிடுகின்றது. அந்த நூலினுடைய ஆசிரியரும், கலைவாணருடைய மருமகளுமாகிய பேராசிரியை அன்புக்கொடி நல்லதம்பி அவர்கள், நானூறுக்கும் மேற்பட்ட பக்கங்களைக் கொண்ட அந்தப் புத்தகத்தில் ஏராளமான செய்திகளைத் தந்துள்ளார்.

அந்நூலில் கிந்தனார் கதை பற்றிய செய்திகள் முழுமையாக இடம் பெற்றிருக்கின்றன. உடுமலை நாராயண கவி அவர்களிடத்திலே தன்னுடைய கருத்தைச் சொல்லி, கதையைக் கதாகாலட்சேபம் முறைக்கு மாற்றிக் கொண்டார். சப்ளாக்கட்டையோடு கலைவாணர் அன்றைக்கு வந்து நின்றபோது மக்களுக்கே வியப்பாக இருந்திருக்கிறது. கிந்தனார் கதை என்றால் ஏதோ நந்தனாரைக் கிண்டல் செய்வது போலத் தோன்றும். ஆனால் அந்த நாடகத்தில், கலைவாணர் யாரையும் கிண்டல் செய்யவும் இல்லை, புண்படுத்தவும் இல்லை. கல்வியின் சிறப்பை விளக்குவதே அந்தக் கதாகாலட்சேபம்.

கிந்தனார் என்று ஏன் பெயர் வைத்தோம் என்பதைக் கலைவாணர் விளக்கினார். இட்லி கிட்லி இருந்தா குடுங்க, காபி கீபி குடிக்கலாமா,

வேலை கீலை இல்லைங்களா என்றெல்லாம் நாம் வழக்கில் பேசுவதில்லையா? அப்படித்தான் நந்தனார் இங்கே கிந்தனார் ஆகிவிட்டார்.

நந்தனார் தில்லைக்குச் சென்று ஆண்டவனைத் தரிசிக்க ஆவல் கொண்டார். அவர் சித்தமெல்லாம் சிதம்பரத்திலே இருந்தது. கிந்தனாரோ சென்னைக்குச் சென்று கல்வி கற்க வேண்டுமென்று ஆவல் கொண்டார். இவர் சித்தமெல்லாம் கல்வியிலே இருந்தது. தில்லை போக எப்படி நந்தனுக்குத் தடை ஏற்பட்டதோ, அப்படிச் சென்னை போக இவருக்கும் தடை ஏற்பட்டது.

திருப்புன்கூரிலே, நந்தனுக்கு வழியில் மலை போல் மாடு படுத்துக்கிடந்ததாம். அதுபோல கிந்தன் திருவனந்தபுரம் எக்ஸ்பிரசில் ஏற முடியாமல், கோட்டும் சூட்டும் போட்ட டிக்கெட் கலெக்டர் மலைபோல் நின்று தடுத்தாராம்.

தடைகளைத் தாண்டி உள்ளே வந்து ரயிலைப் பார்த்த கிந்தன், அது குறித்துப் பாடும் பாடல் அருமையானது, சமூகப் பார்வை உடையது.

ரயிலே ரயிலே, சாதியை ஒழித்த ரயிலே

சமரசம் கொண்ட ரயிலே

என்று அந்தப் பாடல் தொடங்கும். இருப்பவனுக்கும், இல்லாதவனுக்கும், ஆண்டவன் ரட்சகனாக இருக்கிறான். ரயிலே நீயோ, டிக்கெட் எடுத்தவன், எடுக்காதவன் எல்லோரையும் ஏற்றிச் செல்கிறாய். லண்டனைவிட்டு இந்தியாவுக்கு, ரமணீயமாய் வந்த ரயிலே என்றும் பாடுகிறார்.

இது என்னடா புதுப்பழக்கம், நம் சாதிக்கே பொருந்தாத பழக்கம் என்று கூறி, கல்வி கற்க விரும்பும் கிந்தனாரை எல்லோரும் தடுக்கிறார்கள். கடைசியில் பள்ளி ஆசிரியரிடம் அனுமதி வாங்கிவரச் சொல்கிறார்கள். அவரோ, 40 வேலி நிலத்தை உழுது பயிரிடச் சொல்லி நந்தனை வேதியர் மிரட்டியதைப் போல, 40 பாடல்களை மனப்பாடம் செய்து வா என்றார் பள்ளி ஆசிரியர். சில நாள்களில் திரும்ப வந்து, 40 பாடல்களும், 40 கீடல்களும் கற்றுவிட்டேன் என்றான் கிந்தன். அது என்னடா கீடல் என்றார் ஆசிரியர். பாடுபட்டுத் தேடிப் பணத்தைப் புதைத்துவைக்கும் கேடுகெட்ட மானிடரே என்பது நீங்கள் சொல்லித்தந்த பாடல். பாடுபட்டுத் தேடிப் பணத்தைப் புதைத்து வைத்தால், கேடு வந்தபோது தோண்டி எடுக்கலாம். கூடுவிட்டு ஆவிதான் போனபின் குடும்பமே அதை அனுபவிக்கும் என்பது நான் எழுதியுள்ள கீடல் என்றான் கிந்தன்.

இப்படிப் பல சுவையான எதிர்ப்பாடல்களையும் கலைவாணர் அந்தக் கதாகாலட்சேபத்தில் அரங்கேற்றினார்.

நாடகத்தின் இறுதியில், தாழ்த்தப்பட்ட சிறுவனாய்ப் பிறந்த கிந்தன் சென்னை சென்று, கல்வி கற்று, உயர் பதவி பெற்றுச் சொந்த ஊர் திரும்புகிறான். இதுவே கிந்தன் கதையின் மூலம் கலைவாணர் நாட்டுக்குச் சொன்ன நல்ல செய்தி.

கிந்தனாருக்கு நாடெங்கும் பெரும் வரவேற்புக் கிடைத்தது. ஒவ்வொரு ஊராக அழைத்து அந்தக் கதாகாலட்சேபத்தை நடத்தும்படி கேட்டுக்கொண்டார்கள். திருச்சியில் அந்நாடகம் மூலம் கிடைத்த 3000 ரூபாயை நகர்மன்றத்தின் அன்றைய தலைவர் எஸ்.பாலசுந்தரத்திடம் கொடுத்து, திருச்சிப் புத்தூரில் குதிரை வண்டி ந்லையம் கட்ட உதவினார் கலைவாணர்.

நெல்லையில், நெல்லையப்பர் கோவில் வசந்த மண்டபத்திலே நந்தனார் கதை நடந்து கொண்டு இருந்த அதே நாளில், ஒரு திரையரங்கில் கலைவாணரின் கிந்தனார் கதையும் நடந்தது. வழக்கமாய்க் கோயிலில் கூடும் கூட்டத்தில் பாதிகூட அன்று கூடவில்லை. எல்லோரும் கிந்தனார் நாடகம் பார்க்க வந்து விட்டார்கள். அடுத்த நாள் ஊர் திரும்ப வேண்டிய பாகவதர், ஊருக்குப் போகாமல், கிந்தனார் கதை பார்க்க அவரே வந்துவிட்டார். பார்த்து முடித்ததும், கலைவாணரைக் கட்டித் தழுவி அவர் பாராட்டினார்.

இந்த நிகழ்ச்சி கலைவாணரின் திறனையும் காட்டுகிறது, பாகவதரின் பெருந்தன்மையையும் காட்டுகிறது.

பல ஊர்களில் நடைபெற்ற கிந்தனார் கதை, ஒருமுறை சிதம்பரத்திலேயே போடப்பட்டது. அன்றைய தினம் ஒரு பெரும் எதிர்ப்பும், கிளர்ச்சியும் வரக்கூடும் என அனைவரும் எதிர்பார்த்தனர். ஆனால் அன்று வந்த மக்கள் அனைவரும், நாடகம் பார்த்துத் தங்களை மறந்து சிரித்தனர். கைதட்டி மகிழ்ந்தனர்.

ஆத்திகர்களே வரவேற்ற கிந்தனாருக்குப் பகுத்தறிவாளர்களிடம் பெரும் வரவேற்பு இருந்தது. தந்தை பெரியாரும், அறிஞர் அண்ணாவும் நாடகத்தைப் பாராட்டி எழுதினர். ஊரெங்கும் நடத்தும்படி தொண்டர்களுக்குக் கூறினர். கிருஷ்ணனுக்கு உள்ள அபார சக்தி எல்லாம், தன்னலம் இல்லாத தன்மையால்தான் வாய்த்திருக்கிறது என்றார் பெரியார். காஞ்சிபுரத்தில் நடைபெற்ற போது அண்ணாவே தலைமை ஏற்று வாழ்த்திப் பேசினார்.

எழுத்தாளர் கல்கியும், கிந்தனாரை வெகுவாகப் பாராட்டி வரவேற்றார். எல்லாத் தளங்களிலும் கலைவாணர் பெற்ற வெற்றியைக் கிந்தனார் கதை நமக்குக் காட்டுகிறது.

அனந்தராம தீட்சிதர் அன்று டி.ஆர்.ராஜகுமாரியின் புதுமனை புகுவிழாவில் பாடச் சம்மதித்திருந்தால், கிந்தனார் கதை நமக்குக் கிடைக்காமலேயே போயிருக்கும். சேங்காலிபுரம் அனந்தராம தீட்சிதருக்குத் தமிழகம் ஒரு விதத்திலே நன்றிக் கடன் பட்டிருக்கிறது.

ஓரினச் சேர்க்கை

இது நம்முடைய தமிழ்ப் பண்பாட்டுக்கு அல்லது இந்திய பண்பாட்டுக்கு எதிரானது. இன்னொன்று, இப்படி எந்த விதமான கட்டும், ஒழுங்கும் இல்லாமல் போனால், சமூகம் மறுபடியும் ஒரு பழைய காட்டுமிராண்டிச் சமூகத்தை நோக்கிப் போய்விடும்.

ஓராண்டிற்கு முன்வந்த ஒரு நீதிமன்றத் தீர்ப்புக்குப் பிறகு, ஓரினச்சேர்க்கை பற்றிய விவாதம் எங்கும் எழுந்துள்ளது. இரண்டு மூன்று ஆண்டு களுக்கு முன்பு, முதன் முறையாக அது குறித்து லண்டனில் கேள்விப்பட்டபோது, கொஞ்சம் அதிர்ச்சியாகத்தான் இருந்தது.

லண்டனில் ஒரு நண்பரின் வீட்டுக்குப் போய்க்கொண்டிருந்த வேளையில், என்னை அழைத்துக் கொண்டு சென்ற இன்னொரு நண்பர் சொன்னார், பேசுகிறபோது அவர்களுடைய பிள்ளைகளைப் பற்றி ஒன்றும் கேட்க வேண்டாம் என்று. எதற்காக இந்த எச்சரிக்கை என்று தெரியாமல், ஏன், ஏதாவது பிரச்சனையா என்று நான் கேட்டேன். அவருடைய மகள் காதலித்துத் திருமணமும் செய்து கொண்டு போய்விட்டார். வீட்டில் அப்பா அம்மாவிடம்கூட சொல்லவில்லை என்றார். இங்குகூட இது ஒரு பெரிய சிக்கலா என்று கேட்டேன். இல்லை, இதில் வேறு ஒரு சிக்கல் இருக்கிறது விடுங்கள் என்றார். விடுங்கள் என்று சொல்கிறபோதுதான் அதைக் கண்டிப்பாகத்

தெரிந்து கொள்ள வேண்டும் என்கிற ஆர்வம் நமக்கு இயல்பாக எழுகிறது. என்னதான் பிரச்சனை என்று நான் கேட்டேன். வேறு ஒன்றுமில்லை, அவருடைய மகள், வேறொரு பெண்ணைக் காதலித்துத் திருமணம் செய்து கொண்டு போய்விட்டாள் என்று சொன்னார். எனக்கு அதிர்ச்சியாக இருந்தது.

பெண்ணும் பெண்ணும் திருமணம் செய்து கொண்டார்கள் என்பதை நான் அப்போதுதான் முதலில் கேள்விப்பட்டேன். பெண்களிடத்திலே உள்ள ஓரினச்சேர்க்கை என்பது லெஸ்பியன் என்றும், ஆண்களிடத்திலே இருப்பதை ஹோமோசெக்ஸ் என்றும் ஆங்கிலத்திலே நாம் படிக்கிறோம். ஆனாலும், அப்படி இரண்டு பெண்கள் வீட்டை விட்டு வெளியிலே வந்து திருமணம் செய்து கொண்டு போவது என்பது புதிதாகவும் இருந்தது, கொஞ்சம் புதிராகவும் இருந்தது.

இன்றைக்கு அது நம்முடைய நாட்டிலேயும் பரவி வருகிறது. அது பற்றிய விவாதங்கள் எழுந்திருக்கின்றன. பல பேர் சொல்கிறார்கள் இவையெல்லாம் மேலைநாட்டுக் கலாச்சாரத்தின் தாக்கம் என்று. அப்படி எல்லாவற்றையும் மேலைநாட்டுத் தாக்கம் என்று சொல்ல வேண்டியதில்லை. பாலியல் குறைகள் அல்லது பாலியலின் வெவ்வேறுவிதமான நடைமுறைகள் அவை. குறை என்று நாம் சொல்வது கூட விவாதத்திற்கு உரியதுதான்.

பாலியலில் வெவ்வேறுவிதமான நடைமுறைகள் உலகத்தில் எல்லாக் காலங்களிலும், எல்லா நாடுகளிலும் இருந்திருக்கின்றன. ஆனால் மறைமுகமாக இருப்பது என்பது வேறு. அவை தளத்துக்கு வருவது என்பது வேறு. இப்போது அவை தளத்திற்கு வந்திருக்கின்றன. தளத்திற்கு என்றால், சமூக நிலையையும் தாண்டி, நீதிமன்றம் வரைக்கும் அது வந்து, நீதிமன்றமும் அதில் ஒன்றும் பிழை இல்லை, அவர்கள் விருப்பம் என்று கூறிவிட்டது. நம்முடைய அரசியல் அமைப்புச் சட்டம் அனுமதிக்கிறதா என்கிற விவாதங்கள் எல்லாம் எழுந்து, அவை அவர்களைக் கட்டுப்படுத்தவில்லை என்கிற தீர்ப்பும்

வந்து விட்டது. ஓரினச் சேர்க்கையை நீதிமன்றம் அனுமதித்த பிறகு, ஏராளமான விவாதங்கள் எழுவது இயல்புதானே.

கடுமையாக இதனை எதிர்க்கிறவர்கள், நீதிமன்றங்கள் இப்படித் தீர்ப்புச் சொல்லியிருக்கக்கூடாது என்று கூறுகிறவர்கள், வைக்கிற வாதங்கள் இரண்டுதான். ஒன்று, இது நம்முடைய தமிழ்ப் பண்பாட்டுக்கு அல்லது இந்திய பண்பாட்டுக்கு எதிரானது என்பது. இன்னொன்று, இப்படி எந்தவிதமான கட்டும் ஒழுங்கும் இல்லாமல் போனால், சமூகம் மறுபடியும் ஒரு பழைய காட்டுமிராண்டிச் சமூகத்தை நோக்கிப் போய்விடும் என்பது. காட்டு மிராண்டிச் சமூகம் இப்படி இருந்ததா என்பது நமக்குத் தெரியாது, அது வேறு. ஆனால் காட்டு மிராண்டிச் சமூகம் என்றால் ஒரு பழைய சமூகம் என்று பொருள்.

குறிப்பாக, இது பண்பாட்டை மீறுகிற செயலாக இருக்கிறது. இயற்கைக்கு முரணாக இருக்கிறது. இது ஒரு இயற்கைப் பிறழ்வு அல்லது இது ஒருவிதமான நோய். இது சரி செய்யப்பட வேண்டுமே தவிர, அனுமதிக்கப்படக் கூடாது என்று சொல்கிறவர்கள் இருக்கிறார்கள். இது ஒரு தனி மனித உரிமை, ஒவ்வொருவரினுடைய உரிமையிலேயும் நாம் எப்போதும் தலையிட்டுக் கொண்டே இருக்கக் கூடாது, மனித நேயத்தோடு இதை அணுக வேண்டும், கறாராகச் சட்டத்தைக் கையில் வைத்துக் கொண்டு எல்லாவற்றுக்கும் தீர்வு காண முடியாது என்கிற வாதமும் எழுகிறது.

எப்போதும் மரபுகளும், மரபு மீறல்களும் காலகாலமாக நிகழ்ந்து கொண்டிருக்கின்றன என்பதை நாம் மறந்து விடக்கூடாது. எதை நாம் மரபு என்று சொல்கிறோமோ, அது ஒரு சமயத்தில் மீறப்பட்டு, அந்த மீறலே மறுபடியும் மரபாக ஆவதுண்டு. அது இலக்கியத் துறைக்குப் பொருந்தும், சமூகத்துறைக்குப் பொருந்தும், பண்பாட்டுத் துறைக்கும் பொருந்தும். பண்பாட்டுத்துறையில்தான் இப்படிப்பட்ட விவாதங்கள் அடிக்கடி எழும். எனவே இது பண்பாடு சார்ந்த விவாதமாக இருக்கிறது என்பது ஒன்று. இன்னொன்று சட்டம் சார்ந்த விவாதமாக இருக்கிறது.

தனி மனித உரிமையில் யாரும் தலையிடக்கூடாது என்பது வேறு. ஆனால் தனி மனித உரிமை என்பது பொது உரிமையைக் குலைத்து விடக்கூடாது என்பது இன்னொன்று. நாம் இரண்டையும் கவனிக்க வேண்டும். எப்போதுமே தனி மனித உரிமை என்கிற பெயரில், அது பொது உரிமையைக் குலைத்து விடுமானால் நாம் கவனமாக இருக்க

வேண்டும் என்பது சரிதான். தனி மனித உரிமை என்பது அடுத்தவனை பாதிக்கக்கூடாது. அடுத்தவனையே பாதிக்கக்கூடாது என்றால், அது ஒரு சமூக ஒழுங்கைப் பாதிப்பதை நாம் கண்டிப்பாக ஏற்க முடியாது. எனவே இந்த மரபு மீறல் - இதைப் பிறழ்வு என்பதைக் காட்டிலும் மரபு மீறல் என்று நாம் கூறலாம் - கண்டிப்பாக விவாதத்திற்கு உரியதுதான்.

ஆனால், இந்த மரபு மீறல் என்பது, பொதுவாழ்வின் ஒழுங்கமைப்பைக் குலைத்து விடுகிறதா என்று ஒரு கேள்வி வருகிறது. இப்படி ஓரினச் சேர்க்கையை அனுமதிப்பதன் மூலமாக, நாளையிலே இருந்து எல்லோரும் ஓரினச் சேர்க்கையிலே ஈடுபட்டு விடுவார்களா? அப்படி எல்லோரும் ஈடுபட்டு விட்டால், இந்த உலகம் எப்படி விருத்தியாகும் என்கிற கேள்வி ஒரு விதத்தில் கற்பனையானது என்றுதான் தோன்றுகிறது. இதற்குச் சட்ட அனுமதி இல்லை என்பதினாலேதான், இங்கு ஓரினச்சேர்க்கை நிகழவில்லை என்று சொல்ல முடியாது. மிக மிகப் பெரும்பான்மையானவர்களுக்கு ஓரினச்சேர்க்கையிலே நாட்டம் இருக்க வாய்ப்பில்லை. இயற்கையிலேயே எதிர் பால் ஈர்ப்பு என்பதுதான் நம்மிடத்திலே இருக்கிறதே தவிர, ஓரின ஈர்ப்பு என்பதும் ஓரினச் சேர்க்கை என்பதும் இயல்பாகவே இருக்க வாய்ப்பு இல்லை. சட்டத்தில் அனுமதித்து விட்டால் நாளையிலே இருந்து ஒரு சமூகம் தலைகீழாக மாறி விடும் என்று நாம் கவலைப்படத் தேவையில்லை. அது கற்பனைதான்.

சட்டம் அனுமதித்தாலும், அனுமதிக்கவில்லையென்றாலும் ஓரினச் சேர்க்கைக்கு எல்லோரும் தயாராக இருக்கமாட்டார்கள். எனவே இது சட்டப்பிரச்சனை அல்ல. இந்தத் தனி மனித மீறல்கள் சமூக ஒழுங்கை நாளைக்கே குலைத்து விடும் என்பதும் கற்பனையிலே ஏற்படுகிற அச்சம்.

இன்னொரு பக்கத்திலே பார்த்தால் இது ஒரு பண்பாட்டுப் பிறழ்வு என்று ஒரு குற்றச்சாட்டு இருக்கிறது. பண்பாடு என்பது என்றைக்கும் ஒரே மாதிரியானதாகவும், நிலையானதாகவும் இருக்கும் அல்லது இருக்க வேண்டும் என்று சொல்ல முடியாது.

இயற்கைப் பிறழ்வு காரணமாக பல்வேறு விதமான நோய்கள் ஏற்படக்கூடும் என்று சொல்லப்படுகிறது. அதற்கு மருத்துவர்களே விடை சொல்கிறார்கள். எதிர் பால் உறவுகளிலேயும் கூட நோய்கள் உருவாகிக் கொண்டிருப்பதை நாம் பார்க்கிறோம். பாலியல் நோய்கள் இன்றைக்கு ஓரினச் சேர்க்கையால் மட்டுமல்ல, ஈரினச்சேர்க்கை

யாலும் கூட நோய்கள் வருகின்றன. எனவே நோய்களைத் தடுப்பதற்கான சிந்தனைகளும், மருத்துவ வளர்ச்சியும் நமக்கு வந்தாக வேண்டும், அது எந்தவிதப் பாலினச் சேர்க்கையாக இருந்தாலும்.

அவர்களுடைய உரிமையை மிகவும் கட்டுப்படுத்தி வைக்க வேண்டும் என்பதும், ஓரினச் சேர்க்கையாளர்களையெல்லாம் தண்டிக்கவேண்டும் என்பதும், கடும் போக்குடையது. இந்த ஓரினச் சேர்க்கை போன்றவைகளை நுட்பமாகவும், மனித நேயத்தோடும் நாம் அணுக வேண்டும்.

இதற்கெல்லாம் தண்டனை தர வேண்டும் என்பது ஒருவிதமான சர்வாதிகாரப் போக்கு. இப்போக்கு, எதிர் விளைவுகளையே உருவாக்கும்.

சாதி - தமிழ்ச் சொல்லா

தாய் மொழி உணர்வும் சமத்துவ உணர்வும் சரிபங்காகக் கலந்திருப்பதுதான் சரியானதே தவிர, ஒன்றைக் கைப்பிடித்து மற்றொன்றைக் கைவிடுவது என்பது இரண்டுக்கும் உதவாது.

தமிழ் உணர்வாளர்கள் இருவரிடையே ஒரு விவாதம் நடைபெற்றுக் கொண்டிருந்தது. 'சாதி என்பது தமிழ்ச்சொல்லா? இல்லையா?

'இல்லை, பழந்தமிழகத்தில் சாதி இல்லை, எனவே அதற்கான ஒரு சொல் அவர்களுக்குத் தேவைப்படவில்லை. சாதி என்பது தமிழ்ச் சொல்லும் இல்லை. தற்சமம், தற்பவம் என்ற அந்த விதியின்படி வடவெழுத்து ஒரீஇ, ஜாதி என்பதே சாதியாகி விட்டது' என்பது ஒருவரின் வாதம். 'இல்லையில்லை, சாதி என்பதே தமிழ்ச்சொல்தான். ஜாதி - சாதியாகவில்லை. சாத்து என்றால் பொருத்து என்று பொருள். அப்பொருளிலேதான் சாத்தன், சாத்தி என்ற பழந்தமிழ் உறவுச் சொற்கள் இருக்கின்றன. சாத்து என்பதைப்போல சாதி என்பதும், பொருந்தி வருகிற இரத்த உறவுகளைக் குறிக்கிற சொல்' என்று அருளியாரை முன் வைத்து இன்னொரு நண்பர் வாதாடினார்.

இந்த விவாதத்தைப்போல இன்னொரு இடத்திலும் ஒரு சின்ன விவாதம் நடந்தது.

பொம்பள சிரிச்சா போச்சி; புகையிலை விரிச்சா போச்சி என்றொரு பழமொழி உண்டு. இதிலே ஒருவர் சொன்னார், 'இந்தப் பழமொழி எப்படி இருந்திருக்க வேண்டு மென்றால், பொம்பள என்று நடைமுறை வழக்குச்சொல்லுக்குப் பதிலாக, பெண்பிள்ளை சிரித்தால் போயிற்று என்று வர வேண்டும்' என்று வாய்மொழித் தமிழாக இல்லாமல் இலக்கியத் தமிழாக இருக்க வேண்டும் என்று ஒருவரும், 'மக்கள் மொழியிலே இருப்பதுதான் மகத்தானது, இலக்கிய மொழி செயற்கையானது' என்று இன்னொருவரும் வாதிட்டனர்.

இப்படிப்பட்ட விவாதங்கள் எல்லாம் ஒரு மொழியினுடைய வளர்ச்சிக்குத் தேவைதான் என்பதை நாம் மறுக்க முடியாது. எது சரி, எது தவறு என்ற விவாதங்கள் மொழியில் ஒரு தெளிவை ஏற்படுத்தும். கம்பன் வடமொழிக் காப்பியத்தைத்தான் தமிழில் பெயர்த்து எழுதினான் என்றாலும்கூட, எந்த இடத்திலும் அவன் இலட்சுமணன் என்று எழுதவில்லை. சீதா என்று எழுதவில்லை. எல்லா இடத்திலும் இலக்குவன் என்றும், சீதை என்றும் பெயர்களைக்கூடத் தமிழ் மரபுக்கேற்ப எழுதுவதிலே கடைசி வரையிலும் கவனமாக இருந்தான். எந்த இடத்திலும் விபீஷணனை நீங்கள் கம்பராமாயணத்தில் பார்க்கவே முடியாது. வீடணன்தான். மொழி சார்ந்த உணர்வு, மொழிசார்ந்த அறிவு நமக்கு இருக்க வேண்டும் என்பது மிகச்சரியானதுதான்.

ஆனால் நடைபெற்ற இரண்டு விவாதங்களிலுமே ஒன்றை நாம் கூர்ந்து கவனிக்க வேண்டும். சாதி தமிழா, தமிழ் இல்லையா என்பது ஒரு பக்கம். பொம்பள என்று எழுதலாமா, பெண்பிள்ளை என்று எழுத வேண்டுமா என்பது இன்னொரு பக்கம். இப்படி மொழிசார்ந்த விவாதம் நடைபெற்ற இடத்திலே, எந்த விவாதம் இல்லாமல் போயிற்று என்றால், சாதி எந்த மொழிச் சொல் என்பதைக் காட்டிலும், முக்கியமானது சாதி இருக்கலாமா கூடாதா என்பதுதான். அதைப்போல பொம்பளயா, பெண்பிள்ளையா என்பதைக் காட்டிலும், இப்படிப் பெண்களை இழிவுபடுத்தி எழுதலாமா, கூடாதா என்பதுதான்.

மொழி பற்றிய சிந்தனை உடையவர்கள், சமூக நீதி பற்றிய சிந்தனைக்குள் வராமல், அங்கேயே நின்று கொண்டு விவாதம்

செய்து கொண்டிருந்தார்கள் என்பதுதான் நாம் கவனிக்க வேண்டிய செய்தி. மொழி உணர்வு உடையவர்களுக்கு சமூகநீதி உணர்வு இல்லை என்கிற பொருளில் இதை நான் குறிப்பிடவில்லை. அதேநேரத்தில் சமூகநீதி பற்றிய உணர்வுடைய வர்கள், பலநேரங்களிலே மொழிபற்றிய உணர்வு இல்லாமல் இருந்திருக்கிறார்கள் என்பதையும் நாம் பார்க்கிறோம். இன்றைக்கும் இருக்கிறார்கள்.

நம்முடைய புரட்சிக் கவிஞர் பாரதிதாசனுடைய பாடல்களிலே கூட, முதல் பதிப்பில் பல வடமொழிச் சொற்கள் இருப்பதையும், பின்னால் வந்த பதிப்புகளிலே அவரே அவற்றை தமிழ்ச் சொற்களாக மாற்றியிருப்பதையும் நாம் பார்க்கிறோம். அது ஒரு காலகட்டம். அன்றைக்கு ஜில்லா என்றுதான் சொன்னார்கள். மாவட்டம் என்பது பின்னால் வந்த சொல். அன்றைக்குக் காரியதரிசிதான் இருந்தார், செயலாளர் என்பது பின்னால் வந்த சொல். ஒரு காலகட்டத்திலே வடமொழிச் சொற்கள் கூடுதலாக வழக்கில் இருந்தன.

மொழிபோதும் என்று சமூகநீதியை விட்டுவிடலாமா அல்லது சமூக நீதி போதும் என்று மொழியை விட்டுவிடலாமா எனக் கேட்டால், தாய் மொழி உணர்வும் சமத்துவ உணர்வும்

சுப. வீரபாண்டியன் ■ 35

சரிபங்காகக் கலந்திருப்பதுதான் சரியானதே தவிர, ஒன்றைக் கைப்பிடித்து மற்றொன்றைக் கைவிடுவது என்பது இரண்டுக்கும் உதவாது.

நீங்கள் சாதியையும் காப்பாற்றிக் கொண்டு, தமிழையும் காப்பாற்ற முடியாது. சாதி ஒழித்தல் ஒன்று, நல்ல தமிழ் வளர்த்தல் இன்னொன்று. அதனால்தான்,

சாதி ஒழித்திடல் ஒன்று - நல்ல
தமிழ் வளர்த்தல் மற்றொன்று
பாதியை நாடு மறந்தால் - மற்ற
மீதியும் துலங்குவதில்லை

என்றார் பாரதிதாசன். சாதியை இந்த நாட்டிலே வளர்த்ததனாலேதான் சமூகநீதி அழிந்து போயிற்று. ஆணாதிக்கத்திற்கும், சாதிக்கும் எதிரான ஆயுதமாகத் தாய்மொழியை நாம் பயன்படுத்த வேண்டும். சாதியையும், ஆணாதிக்கத்தையும் ஏற்கின்ற ஒரு மொழியாக நம்முடைய தாய்மொழியை நாம் ஒருநாளும் மாற்றிவிடக் கூடாது.

தமிழைமட்டும் காப்பாற்றி, தமிழனை ஏற்றத் தாழ்வுகளுக்குள்ளே சிக்க வைத்துவிடுவதோ அல்லது தமிழர்களை எல்லாம் காப்பாற்றி, தமிழ் எப்படியாவது போகட்டும் என்று விட்டுவிடுவதோ எதிர்காலத்தில் தமிழ் இனத்திற்கு ஒருநாளும் உதவாது. எனவே அடிப்படையில் மொழி, சமூகநீதி என்கிற இரண்டும் பிரிக்க முடியாமல் பின்னிப் பிணைக்கப்பட்டிருக்க வேண்டும்.

இவற்றோடு பகுத்தறிவு என்பதையும் வளர்த்தெடுக்க வேண்டும் என்பதும் முக்கியமானது. பகுத்தறிவு என்பது வேறொன்றுமில்லை அறிவின் தேடல். எப்பொருள் யார் யார் வாய்க் கேட்பினும் அப்பொருள் மெய்ப்பொருள் காண்பது என்பதுதான் பகுத்தறிவு. யார் சொல்லுகிறார்கள் என்பதன்று, என்ன சொல்லப்படுகிறது என்பதை வைத்துத்தான் அதை நாம் ஏற்பதா இல்லையா என முடிவு செய்ய வேண்டும்.

பகுத்தறிவு என்ற சொல்லைக் கேட்டவுடனேயே பயந்து அதற்கும் நமக்கும் தொடர்பில்லை என்று விலகி விடுகிறவர்கள் உண்டு.பகுத்தறிவு என்பது ஏதோ ஒரு குறிப்பிட்ட சாராருக்கு மட்டும் உரியது அன்று. பகுத்தறிவு என்பது வாழ்க்கையினுடைய ஒவ்வொரு பகுதியையும், ஒவ்வொரு செய்தியையும், ஒவ்வொரு நிகழ்வையும் பகுத்துப் பார்த்து ஆராய்ந்து அதற்குப் பிறகு ஏற்றுக்கொள்வது. Analysis என்று ஆங்கிலத்தில் சொல்கிறோமே அப்படிப் பகுத்து உணர்வது. எந்த ஒன்றையும் அப்படியே பார்க்காமல் அதனைப் பிரித்துப் பிரித்துப் பார்த்து இதனுடைய வேர் எங்கே இருக்கிறது, இதனுடைய கிளை எது, இது எதனாலே இப்படி மாற்றம் பெற்றது என்றெல்லாம் ஆராய்கிற அறிவுதான் பகுத்தறிவு.

எந்த இனத்தைச் சேர்ந்தவர்களாக இருந்தாலும், அவர்கள் தாய்மொழி மீது பற்று உடையவர்களாக இருக்க வேண்டும், [illegible]ச் சமூகம் ஏற்றத்தாழ்வற்ற சமத்துவச் சமூகமாக இருக்க வேண்டும், புதிய புதிய செய்திகளைப் பகுத்து ஆராய்ந்து அறிந்து கொள்கிற அறிவாற்றல் மிக்கவர்களாக இருக்க வேண்டும். அப்படி இருந்தால்தான் அந்த இனம் முன்னேறும்.

விளையாட்டும் பந்தயமும்

வாழ்வில் எல்லாமே ஒரு பழக்கம்தான். விதிகளுக்கு உட்பட்டு வாழ்ந்து பழகியவர்களால், விதிகளை மீற முடியாது. விதிகளை மீறியே வாழ்ந்து பழகியவர்களால், விதிகளுக்கு உட்பட முடியாது.

ஆங்கிலத்தில் Games, Sports என்று இரண்டு சொற்கள் உள்ளன. அவை இரண்டையுமே தமிழில், பெரும்பான்மையான நேரங்களில் விளையாட்டு என்ற சொல் மூலமே குறிக்கின்றோம். அவைகளுக்குள் வேறுபாடுகள் இருப்பதால், வேறு வேறு சொற்களால் குறிப்பதுதான் சரியானதாக இருக்கும்.

Games என்பதை விளையாட்டு என்றும், Sports என்பதைத் திறனறி போட்டி அல்லது பந்தயம் என்றும் சொல்லலாம். விளையாட்டில் யார் வேண்டுமானாலும் கலந்து கொள்ளலாம். பால், வயது போன்ற எந்த வேறுபாடும் அதற்கு இல்லை. ஆனால் திறனறி போட்டியை அவ்வாறு கூறமுடியாது. விளையாட்டில் ஓரளவேனும் பயிற்சி பெற்றவர்களே, விளையாட்டுப் பந்தயத்தில் பங்கேற்க முடியும்.

ஆதலால் பந்தயத்தில் பங்கேற்க முடியாதவர்களும், பங்கேற்று வெற்றி பெற முடியாதவர்களும் வருத்தப்பட வேண்டியதில்லை. பங்கேற்க வேண்டும் என்னும் விருப்பமும் அதற்கான முயற்சிகளும் சரியானவை.

அதனைக் காட்டிலும் எல்லோரும் விளையாடிப் பழக வேண்டும் என்பதே முதன்மையானது. விளையாட்டில் மூன்று பெரும் நன்மைகள் உள்ளன. உடல் நலத்தையும், மன நலத்தையும் பேணுகின்றது விளையாட்டு. விதிகளுக்கு உட்பட்டு வாழும் பயிற்சி தருகின்றது விளையாட்டு. வெற்றியும், தோல்வியும் வாழ்வின் இயல்பு என்னும் பக்குவத்தைக் கற்றுக்கொடுக்கிறது விளையாட்டு.

உடல் நலம் காப்பதற்காக நாம் பல்வேறு உடற்பயிற்சிகளை மேற்கொள்கின்றோம். சிலர் மட்டுமே மனம் ஒன்றி, ஈடுபாட்டுடன் பயிற்சிகளைச் செய்கின்றனர். மிகப்பலர் அதனை ஒரு கடமையாக மட்டுமே கருதுகின்றனர். நடைப்பயிற்சியில் கூட, பூங்காக்களின் அழகை ரசித்தபடி நடப்பவர்கள் குறைவாகவே உள்ளனர். கடிகாரத்தைப் பார்த்தபடி, இன்னும் எத்தனை நிமிடங்கள் நடக்க வேண்டும் என்று மனத்திற்குள் கணக்குப் போட்டபடிதான் பலரும் நடப்பதைப் பார்க்கிறோம். மாறாக, விளையாட்டில் உடற்பயிற்சியும் கிடைக்கிறது, உள்ளத்திற்கு மகிழ்ச்சியும் கிடைக்கிறது. விளையாடச் செல்கிறவர்கள் விரைந்து செல்கின்றனர். எவ்வளவு நேரம் விளையாடினாலும் உடல் களைக்கிறதே தவிர, உள்ளம் களைப்பதில்லை.

பந்தயங்களில் உள்ள அளவுக்கு, விளையாட்டில் விதிகள் கடுமையாகப் பார்க்கப்படுவதில்லை என்றாலும், விதிகள் இல்லாமல் எந்த விளையாட்டும் இல்லை. ஆதலால் விளையாட்டுப் பயிற்சி உள்ளவர்களுக்கு, விதிகளுக்கு உட்பட்டு நடக்கும் பழக்கம் இயல்பாகவே வந்துவிடுகிறது. வாழ்வில் எல்லாமே ஒரு பழக்கம்தான். விதிகளுக்கு உட்பட்டு வாழ்ந்து பழகியவர்களால், விதிகளை மீற முடியாது. விதிகளை மீறியே வாழ்ந்து பழகியவர்களால், விதிகளுக்கு உட்பட முடியாது.

தோல்வியில் துவண்டு போகிறவர்களும், வெற்றியில் தங்களையே மறந்து போகிறவர்களும்தான் உலகில் மிகுதி. எப்போதாவதுதான் வெற்றியும், தோல்வியும் வாழ்வில் வருகின்றன என்பதால், நாம் உணர்ச்சிகளுக்கு அடிமையாகி விடுகிறோம். ஆனால் விளையாட்டில் அன்றாடம் வெற்றி

தோல்விகளைப் பார்த்துப் பார்த்துப் பழகும் மனம், அதனை இயல்பாக எடுத்துக் கொள்ளும் நிலைக்கு வந்துவிடுகிறது. விளையாட்டின் மூலம் நாம் பெறும் அல்லது பெற வேண்டிய மிகப்பெரிய நன்மை என்று இதனைக் கூறலாம். ஆங்கிலத்தில் be sportive என்று கூறுவது இந்த அடிப்படையில்தான். எதையும் விளையாட்டாக எடுத்துக் கொள்ளக்கூடிய மனப்பக்குவத்தை விளையாட்டுகளே நமக்குக் கற்றுத்தருகின்றன.

இவை அனைத்தையும் தாண்டி, விளையாட்டின் மூலம் நாம் பெறக்கூடிய இன்னொரு பயிற்சி கவனக்குவிப்பு (concentration) என்பதாகும். கவனக்குவிப்பே வாழ்வின் செல்வம். அதனைப் பெறுவதற்காகவே நம்மில் பலர் தியானம், யோகா போன்றனவற்றில் ஈடுபடுகின்றனர். இன்றைக்கு யோகா முதலானவை, ஒரு விதத்தில் வணிக மயமாக்கப்பட்டுவிட்டன என்பதை நாம் பார்க்கிறோம். எந்தக் கடுமையான பயிற்சியும் இல்லாமல், கவனக் குவிப்புப் பயிற்சியைப் பெறுவதற்கான ஒரே எளிமையான வழி விளையாட்டுதான்.

விளையாட்டில் ஈடுபட்டிருக்கும் எவர் ஒருவரும், வேறு எந்தச் சிந்தனையிலும் ஈடுபடுவதில்லை. அடிப்படையில் தீய

குணங்கள் பலவற்றைக் கொண்டிருப்பவர்கள் கூட, விளையாட்டுத் திடலுக்கு வந்துவிட்டால் நல்லவர்களாகி விடுகிறார்கள் என்பதே உண்மை. யாரைக் கெடுக்கலாம், யாரிடம் கடன்வாங்கலாம் அல்லது வாங்கிய கடனை எப்படிக் கொடுக்காமல் ஏமாற்றலாம் என்று எண்ணிடும் சூழ்ச்சிக் கெல்லாம் விளையாட்டு இடம் கொடுப்பதில்லை. அந்த நேரம் அந்த விளையாட்டில் எப்படி வெற்றி பெறலாம் என்பதிலேயே மனம் திளைத்து நிற்கிறது. எனவே நம் கவனம் அனைத்தும் ஓரிடத்தில் குவிக்கப்படுகிறது. அந்தப் பயிற்சி, விளையாட்டுத் தளத்தை விட்டு வெளியேறிய பின்பும் நம்முடன் தொடர்ந்து வருகிறது. வாழ்வின் வெற்றிகளுக்குக் கைகொடுக்கிறது.

நம்மை அறியாமல் நம் வயது குறைந்து போவதும் விளையாடும் வேளைகளில்தான். தங்கள் வயதை மறந்து, பெரியவர்களே கூடக் குழந்தைகளைப் போல கூவிச் சிரித்து, ஆடி மகிழும் காட்சிகளை நாம் அங்குதான் பார்க்க முடியும்.

ஓடி விளையாடு பாப்பா என்று பாரதி சொல்லியிருப்பது குழந்தைகளுக்கு மட்டுமன்று. பாப்பாக்களாய் மாறிப் பெரியவர்களும் கூட ஓடிவிளையாட வேண்டும் என்பதற்காகத்தான்.

பொது இடங்களும் மத நம்பிக்கைகளும்

'உங்கள் பக்தியை உங்கள் வீடுகளில் வைத்துக் கொள்ளுங்கள் அல்லது உங்களுக்குரிய கோயில் களில் வைத்துக் கொள்ளுங்கள். எல்லா மதம் சார்ந்தவர்களும், மத நம்பிக்கை அற்றவர்களும் கூடுகிற அரசு நிறுவனங்களில், பொது இடங்களில் அதனைத் தவிர்த்து விடவேண்டும்'

சில ஆண்டுகளுக்கு முன்பு உச்சநீதிமன்றம் ஒரு பொதுநல வழக்கில் தெளிவான தீர்ப்பை வழங்கி இருக்கிறது. எல்.கே.சர்மா உள்ளிட்ட நீதியரசர்கள் இருவர் அந்தத் தீர்ப்பை வழங்கி இருக்கிறார்கள். இது ஒரு நெடுநாள் பிரச்னை. பல ஆண்டுகளாகப் பல மாநிலங்களிலேயும் இருக்கின்ற சிக்கலுக்கு ஒரு துணிச்சலான தீர்ப்பை நீதிமன்றம் இப்போது வழங்கி இருக்கிறது. பொது இடங்களில் வழிபாட்டுத் தலங்களை அமைப்பது சரியா, தவறா என்பதுதான் அந்தப் பொதுநல வழக்கு.

அகமதாபாத் நகரத்தில் எங்கே பார்த்தாலும் பொது இடங்களில் வழிபாட்டுத் தலங்கள் அமைக்கப் பட்டிருப்பதை எதிர்த்து ஒருவர் 2006இல் பொதுநல வழக்கைத் தொடர்கிறார். ஒன்று இரண்டு அல்ல... ஏறத்தாழ 1200 கோயில்களும் 260 இஸ்லாமிய வழிபாட்டுத் தலங்களும் பொதுஇடங்களில் குஜராத்திலே கட்டப்பட்டிருக்கின்றன.

பொது நிர்வாக மன்றமாக இருக்கலாம் அல்லது பொது விளையாட்டு அரங்கமாக இருக்கலாம், மருத்துவமனையாக இருக்கலாம், அரசு சார்ந்த, பொது நிறுவனங்கள் சார்ந்த அனைத்து இடங்களிலும், கோயில்களும், இஸ்லாமிய வழிபாட்டுத் தலங்களும் கட்டப்படுவது என்பது இன்றைக்கு அங்கே கூடுதலாகிக் கொண்டே போகிறது. மதச்சார்பற்ற நாடு இந்தியா என்பதை முழுவதும் மறுதலிக்கிற வகையில், முழுக்க முழுக்க மதச்சார்புடைய ஒரு மாநிலமாகக் குஜராத் மாறிக் கொண்டிருக்கிறது. மோடியினுடைய அரசு அதை முழுமையாக ஆதரிக்கிறது என்றும் சொல்லலாம்.

அங்கே இந்து மக்களுக்கும் இஸ்லாமிய மக்களுக்குமான மோதல் ஒவ்வொரு நாளும் நடைபெற்றுக் கொண்டிருக்கிறது. ஏதாவது ஒரு மூலையிலே அது வலுத்துக் கொண்டிருப்பதையும் நாம் பார்க்க முடிகிறது. இவற்றுக்கு மேலும் வழி வகுக்கிற வகையில், பொது இடங்களில், நீதிமன்றங்களிலே எல்லாம் அப்படிப்பட்ட கோயில்களைக் கட்டுவதும் வழிபாட்டுத் தலங்களைக் கட்டுவதுமாக அங்கே நிகழ்வுகள் நடைபெற்றுக் கொண்டே இருக்கின்றன.

2006ஆவது ஆண்டில் ஒருவர் ஒரு பொதுநல வழக்கைத் தொடுக்கிறார். பக்தியை இப்படிப் பொது இடங்களில் காட்டுவது என்பது ஒரு மதம் சார்ந்த நிகழ்வாக அமையும். எனவே இவற்றைத் தடை செய்ய வேண்டும், ஏற்கனவே கட்டப்பட்டிருக்கிற அந்தக் கோயில்களை எல்லாம் இடிக்க வேண்டும் என்பது அந்த வழக்கு. அதனை விசாரித்த குஜராத் நீதிமன்றம் 2006லேயே ஒரு தீர்ப்பு வழங்குகிறது. இப்படிப் பொது இடங்களில் மதச்சார்புடைய ஒரு கோயிலை அல்லது ஒரு மசூதியை கட்டியிருப்பது தவறானதுதான், அவைகளை இடித்து விடலாம் என்று அன்றைக்கு உயர்நீதிமன்றம் தீர்ப்பு வழங்குகிறது. ஆனால் அதை எதிர்த்து 2006 மே மாதத்தில் மேல்முறையீடு செய்யப்படும்போது, உச்சநீதிமன்றம் அதற்கான இடைக்காலத் தடை வழங்கி விட்டு, வழக்கை விசாரணைக்கு எடுத்துக் கொள்கிறது. அந்த வழக்குதான் விசாரிக்கப்பட்டுப் பிறகு தீர்ப்பு வழங்கப்பட்டிருக்கிறது. தமிழ்நாட்டைப் பொறுத்த அளவு இது பழைய செய்தி என்று நாம் கூறவேண்டும்.

அறிஞர் அண்ணா அவர்கள் தமிழகத்தினுடைய முதலமைச்சராக பொறுப்பேற்றுக் கொண்ட உடன், அவர் விடுத்த முக்கியமான ஆணைகளிலே ஒன்று, பொது இடங்களில் கடவுளர்களினுடைய படங்கள் இருக்கக்கூடாது என்பதுதான். கடவுளின் படங்களே கூடாது என்பதோ, யாரும் பக்திமானாக இருக்கக்கூடாது என்பதோ,

யாரும் எந்த மதத்துக்கும் ஆதரவாளர்களாகவோ, மதம் சார்ந்தோ இருக்கக்கூடாது என்பதோ அந்த ஆணையினுடைய பொருள் அன்று. 'எங்களைப் பொறுத்தளவு, மதம் என்பது அவரவர்களினுடைய தனிப்பட்ட பிரச்னை' என்றார் லெனின்.அதுதான் அறிஞர் அண்ணாவினுடைய ஆணையின் பொருள்.' மதம் என்பதைத் தனிப்பட்ட ஒருவரினுடைய விருப்பங்களுக்கு, அனுபவங்களுக்கு ஏற்ப நீங்கள் அமைத்துக் கொள்ளுங்கள். தனியார் இடங்களிலே வைத்துக் கொள்ளுங்கள், உங்கள் பக்தியை உங்கள் வீடுகளில் வைத்துக் கொள்ளுங்கள் அல்லது உங்களுக்குரிய கோயில்களில் வைத்துக் கொள்ளுங்கள். எல்லா மதம் சார்ந்தவர்களும், மத நம்பிக்கை அற்றவர்களும் கூடுகிற அரசு நிறுவனங்களில், பொது இடங்களில் அதனைத் தவிர்த்து விடவேண்டும். 'இதுதான் அறிஞர் அண்ணா அவர்கள் கொண்டு வந்த ஆணை.

அந்த ஆணை தமிழ்நாட்டில் ஒரு பெரிய சலசலப்பை ஏற்படுத்தியது. அறிஞர் அண்ணா அவர்களும், திராவிட முன்னேற்றக் கழகமும், ஒரு பகுத்தறிவு இயக்கத்திலே இருந்து வந்த காரணத் தினாலே, பக்திக்கு எதிராக இந்த அரசு இயங்குகிறது என்பன போன்ற குற்றச்சாட்டுகள் அன்றைக்கு எழுந்தன. அதிலும் இந்து மதத்துக்கு எதிராக அறிஞர் அண்ணா ஆணையை வெளியிட்டிருக்கிறார் என்றுகூடச் சொன்னார்கள். அந்த ஆணையில் இந்து மதம் என்றோ, இஸ்லாமிய மதம் என்றோ, கிறித்துவ மதம் என்றோ எதுவும் குறிப்பிடப்படவில்லை. அரசு அலுவலகங்களில், பொது இடங்களில் கடவுளர்களினுடைய படங்கள் கூடாது என்றுதான் சொல்லப் பட்டிருந்தது.

ஆனாலும்கூட தமிழ்நாட்டில் அது இந்துக்களுக்கு எதிராகத் தி.மு.கழக அரசு எடுத்த நடவடிக்கை என்ற கருத்து பரப்பப்பட்டது. எனினும் அது நிலைபெறவில்லை. மக்களிடத்திலே அந்த ஆணைக்கு ஒருவித ஆதரவு இருந்தது. பல அரசு அலுவலகங்களிலே இருந்த கடவுளர் படங்கள் நீக்கப்பட்டன. அதே நேரம் நாம் ஓர் உண்மையை ஏற்க வேண்டும். காலப்போக்கில் மறுபடியும் மெல்ல மெல்லப் பல இடங்களில் அந்தக் கடவுளர்களின் படங்கள் வந்து விட்டன.

உச்சநீதிமன்றத் தீர்ப்பு வந்த அதேகாலகட்டத்தில், தமிழ்நாட்டிலே இருக்கிற ஒரு மாவட்ட ஆட்சியரினுடைய அலுவலகத்துக்குள்ளே இந்துக் கோயில் கட்டப்பட்டிருக்கிறது. அதை எதிர்த்துப் பலரும்போய் அந்த ஆட்சியரிடத்திலே மனுக் கொடுத்திருக்கிறார்கள். அதைப் பெற்றுக் கொண்ட அவர், 'நாட்டில் எவ்வளவோ பிரச்னை

இருக்கிறது, உங்களுக்கு இதுதான் பிரச்னையா' என்று கேட்டி ருக்கிறார். எந்தப் பிரச்னை முதல், எது இரண்டாவது, எது மூன்றாவது என்று நாம் பட்டியல் போட முடியாது. சமூகத்திலே இருக்கிற

சிக்கல்களில் இதுவும் ஒன்று என்பதைத்தான் மாவட்ட ஆட்சியர் பார்க்க வேண்டும்.

இது சட்டத்திற்கே முரணானானதாக இருக்கிறது. நீதிமன்றத்தினுடைய தீர்ப்பின் படியும் தவறு என்று அறிவிக்கப் பட்டிருக்கிறது. அந்தத் தீர்ப்புதான், முதலில் குறிப்பிட்டப்பட்டுள்ள, இரண்டு நீதியரசர்களும் வழங்கியிருக்கிற தீர்ப்பு. இனிமேல் எந்தப் பொது இடத்திலும் இப்படிப்பட்ட கோயில்கள், வழிபாட்டுத் தலங்கள் கட்டப்படக்கூடாது என்பது மட்டுமன்று, ஏற்கனவே கட்டப்பட்டிருக்கிற அவைகளை இடித்துத் தள்ளுவதற்கும் அந்த நீதிமன்றம் ஆணை வழங்கி இருக்கிறது. இது குஜராத் மாநிலத்திலேயும் மற்ற மாநிலங்களிலேயும் ஒரு சலசலப்பை ஏற்படுத்தக் கூடும் என்பதும் உண்மைதான். ஆனாலும் சில நியாயங்களை நாம் பின்பற்ற வேண்டும்.

மத நம்பிக்கைகளைப் பொது இடங்களுக்குக் கொண்டு வருவது நாட்டுக்கும் நல்லதன்று, மதங்களுக்கும் நல்லதன்று.

பெஞ்சமின் பிராங்க்ளின்

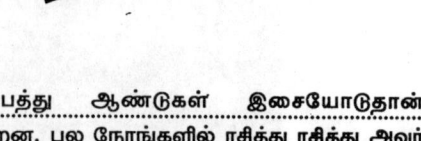

இறுதிப் பத்து ஆண்டுகள் இசையோடுதான் கழிந்திருக்கின்றன. பல நேரங்களில் ரசித்து ரசித்து அவர் இசையை மீட்டியிருக்கிறார், இசையோடு வாழ்ந்திருக்கிறார். தன்னுடைய 84ஆவது வயது வரை, கடைசிப் பத்தாண்டு களில் அவர் இசை வல்லுநராக வாழ்ந்திருக்கிறார்.

நம் பிள்ளைகள் படிக்கும்போது வேறு ஏதாவது ஒன்றில் கவனம் செலுத்தினால் நாம் அச்சப்படத் தேவையில்லை. இசையிலோ, ஓவியத்திலோ நாட்டம் உள்ள பிள்ளைகளைக்கூட நாம் கண்டித்துத் தடுத்து விடுகிறோம். படிப்புதான் முக்கியம், படித்து விட்டு மற்றவைகளை பழகிக் கொள்ளலாம், இப்போது கவனம் திரும்பினால் உன் படிப்புக் கெட்டுப்போய் விடும் என்று நாம் அறிவுறுத்துகிறோம். தொலைக்காட்சியைக் கூடப் பல வீடுகளில் தேர்வு நேரங்களிலே துண்டித்து விடுகிறார்கள். இது உள்ளே இருக்கிற ஒரு அச்சத்தின் வெளிப்பாடுதான். ஆனால் இன்றைய அறிவியல் ஆய்வுகள் இதற்கு நேர்மாறான ஒரு செய்தியைத் தருகின்றன.

நம்முடைய மூளை என்பது ஒரே நேரத்தில் பல்வேறு துறைகளிலும் ஆற்றலோடு இயங்கக் கூடியது. பல்வேறு துறைகளிலும் ஈடுபடுகிறவர்கள் மேலும் மேலும் கூர்மை அடைகிறார்கள். அதற்கு மிகச்சிறந்த எடுத்துக்காட்டாக இருக்கக்கூடியவர், பதினெட்டாம் நூற்றாண்டில் வாழ்ந்த பெஞ்சமின் பிராங்க்ளின்.

பெஞ்சமின் பிராங்க்ளின் என்கிற பெயர் உலகம் முழுவதும் அறியப்பட்ட பெயர். ஆனால் பெஞ்சமின் பிராங்க்ளின் யார் என்று கேட்டால், சில மாணவர்கள் அவர் எழுத்தாளர் என்று சொல்வார்கள். சிலர் இல்லை இல்லை, அவர் விஞ்ஞானி என்று சொல்வார்கள். இன்னும் சிலரைக் கேட்டால் அவர் இசை வல்லுநர் என்று சொல்வார்கள். இந்த விடைகளிலே எது சரி என்று கேட்டால் எல்லாமே சரி என்பதுதான் உண்மை. எல்லாத்துறைகளிலும் அவர் கால் பதித்திருக்கிறார்.

ஒரு கட்டம் வரையில் பெஞ்சமின் பிராங்க்ளினினுடைய எழுத்துக்களைப் பற்றித்தான் நாம் அறிந்திருந்தோம். அவர் ஒரு மிகப்பெரிய எழுத்தாளர் என்பது உலகம் அறிந்த செய்தி. 1733ஆவது ஆண்டு அவர் எழுதி வெளியிட்ட புத்தகம் உலகம் முழுவதும் பேசப்பட்டதாக இருந்தது. எனவே அவர் ஒரு எழுத்தாளர் என்று அறியப்பட்டிருந்தார். அவருடைய தொழில் என்னவாக இருந்திருக்கிறது என்று கேட்டால், அஞ்சலகத்திலே ஒரு தலைமை அதிகாரியாக இருந்திருக்கிறார். ஒரு சாதாரணப் பணியாளனாக இருந்து கொஞ்சம் கொஞ்சமாக முன்னேறித் தலைமை அதிகாரி ஆகியிருக்கிறார். அதுதான் அவருடைய தொழில்.

அறிவியலில் பல கண்டுபிடிப்புகளை அவர் உருவாக்கி இருக்கிறார். ஆனால் முறைப்படியான அறிவியல் படிப்பு அவரிடத்திலே இல்லை. பெஞ்சமின் பிராங்க்ளினே ஓரிடத்திலே சொல்கிறார், அறிவியல் தொடர்பாக நான் எதுவும் படிக்கவில்லை என்று.

முறைப்படியான சங்கீதப்படிப்பு எதுவும் அவரிடத்திலே இல்லை. ஆனால் அவர் இசையிலே வல்லுநராக இருந்திருக்கிறார்.

அறிவியல் படிப்பு எதையும் படிக்காத அவர், அறிவியல் உலகத்திலே பல கண்டுபிடிப்புகளைக் கொண்டு வந்திருக்கிறார். குறிப்பாக மூன்றை நாம் சொல்லலாம். அந்த மூன்றும் இன்றைக்கும், உலகம் முழுதும் பெரிய அளவிலே பயன்படுகிறவையாக இருக்கின்றன. முதலில் நம்மில் பலர் அணிந்திருக்கிற மூக்குக் கண்ணாடி இருக்கிறதே, அதிலே உள்ள பைஃபோகல் (Bifocal) அவருடைய கண்டுபிடிப்பு. அதாவது சிலருக்குக் கிட்டப்பார்வை இருக்கும், சிலருக்குத் தூரப்பார்வை இருக்கும். சிலருக்கு இரண்டுமே இருக்கும். இரண்டுக்கும் இரண்டு கண்ணாடி வைத்துக் கொண்டிருப்பதைவிட, ஒரே கண்ணாடியாக இருந்தால் தானே நல்லது.

மறைந்த முதலமைச்சர் எம்.ஜி.ஆர். அவாகளைக் கவனித்துப் பார்த்தால், கண்ணிலே ஒரு கண்ணாடி அணிந்திருப்பார், கையிலே ஒரு கண்ணாடி வைத்திருப்பார். அந்தத் தேவை இல்லாமல், இரண்டுக்கும் சேர்த்து ஒரே கண்ணாடி என்பதுதான் பைஃபோகல். கீழே ஒரு வட்டம் இருக்கும். அல்லது இரண்டுக்கும் இடையிலே ஒரு கோடு இருக்கும். இப்போது அந்தக் கோடு, வட்டம் எதுவுமே இல்லாமல் அந்தக் கண்ணாடிக்குள்ளேயே எல்லாம் வந்து விட்டன. இது அடுத்தகட்ட வளர்ச்சி. பிராங்க்ளின் தன்னுடைய தேவை காரணமாக, இரண்டும் ஒரே ஆடிக்குள் வந்தால் நன்றாக இருக்குமே என்று சிந்தித்துச் சிந்தித்து அதற்கான வடிவத்தை அமைத்துக் கொடுத்தார்.

அடுத்ததாகப் பார்த்தால், இன்றைக்கும் எல்லா மருத்துவமனைகளிலும் பயன்படும் கதீட்டர் (Catheter) என்பதற்கு அவர்தான் முன்னோடியாக இருந்திருக்கிறார். கதீட்டர் என்றால் ஆண்களின் சிறுநீரைப் பிரிக்கிற கருவி. அறுவை சிகிச்சை முடித்ததற்குப் பிறகு - சில நேரங்களில் அறுவை சிகிச்சை இல்லாத நேரங்களிலும் - இக்கருவி தேவைப்படுகிறது. அறுவை சிகிச்சை முடிந்ததற்குப் பிறகு மரத்துப்போன உடலில் மெல்ல மெல்லத்தான் உணர்ச்சிகள் மீளும். முதலில் கட்டை விரல்களிலே கொஞ்சம் அசைவு தெரியும். பிறகு மற்ற விரல்களிலே உணர்ச்சி வரும். உடல் முழுவதும் உணர்ச்சி வந்ததற்குப் பிறகும், மென்மையான பகுதி என்பதினாலே, ஆண் குறியில் உணர்ச்சி திரும்புவதற்கு கொஞ்சம் நேரமாகும். சிறுநீர்ப் பையிலே சிறுநீர் நிரம்பி இருக்கும். ஆனால் ஆண்குறியில் உணர்ச்சி இல்லாத காரணத்தினாலே சிறுநீர் வெளியேறாது. அந்த நேரத்திலே சின்னக் குழாய் போன்ற கதீட்டரை ஆண் குறியினுள்ளே செலுத்திச் சிறுநீரைப் பிரித்தெடுப்பது இன்றைக்கும் எல்லா மருத்துவ மனைகளிலும் நிகழ்ந்து கொண்டிருக்கிறது.

இவை எல்லாவற்றையும் தாண்டி. உலகத்திலே மிகப்பெரிய திருப்புமுனையாக அமைந்த இடிதாங்கியையும் அவர்தான் கண்டுபிடித்திருக்கிறார்.

மின்னல் என்பது மின்சாரமாக இருக்குமோ என்கிற ஐயம் அவருக்கு ஏற்பட்டது. பட்டம் விடுகிறபோதுகூட மின்னல் வரைக்கும் உயர்த்திப் பார்த்தால் என்ன ஆகும் என்கிற ஒரு சிந்தனை அவருக்கு இருந்திருக்கிறது. பட்டத்தை மின்னல் வரைக்கும் அனுப்ப முடியாத காரணத்தால் அவர் பிழைத்திருக்கிறார். இல்லையென்றால் அப்படியே சாம்பலாகிப் போயிருப்பார்.மின்னல் என்பது மின்சாரமே என்னும் அடிப்படையில் சிந்தித்து அவர் உருவாக்கிய ஒன்றுதான் அந்த இடிதாங்கி. மின்னலை உள்ளே வாங்கி பூமிக்கு அடியில் பல மைல்களுக்குக் கீழே அது தள்ளி விடுகிறது. எனவே மின்னல் நம்மையோ கட்டிடங்களையோ பாதிப்பதில்லை.

அறிவியலின் மூன்று பெரிய கண்டுபிடிப்புகளைத் தந்த பெஞ்சமின் பிராங்க்ளின், தன்னுடைய இறுதிக்காலத்தில் வயலின், கிதார் போன்ற இசைக்கருவிகளிலே கூடுதல் கவனம் செலுத்தியிருக்கிறார். அவருடைய இறுதிப் பத்து ஆண்டுகள் இசையோடுதான் கழிந்திருக்கின்றன என்று அவருடைய நண்பர்கள் கூறுகிறார்கள். பல நேரங்களில் ரசித்து ரசித்து அவர் இசையை மீட்டியிருக்கிறார், இசையோடு வாழ்ந்திருக்கிறார். தன்னுடைய 84ஆவது வயது வரை,

கடைசிப் பத்தாண்டுகளில் அவர் இசை வல்லுநராக வாழ்ந்திருக்கிறார். கடைசி நிமிடம் வரையிலே மகிழ்ச்சியாக வாழ்ந்தவர்களிலே பெஞ்சமின் பிராங்க்ளின் ஒருவர் என்று சொல்வார்கள்.

அவருடைய வாழ்க்கை என்பது ஒரு நேர்க் கோட்டிலே செல்லவில்லை. ஆங்கிலத்திலே Zig Zag என்று சொல்வார்கள். மேலும் கீழுமாக, அங்கும் இங்குமாக அது மாறி மாறிப்போயிருக்கிறது. பல்வேறு துறைகளிலே ஆர்வம் கொண்டிருந்த அவர், அத்தனை துறைகளிலேயும் சாதனைகளைப் படைத்திருக்கிறார்.

மகிழ்ச்சி நிறைந்த, மற்றவர்களுக்கும் உதவக் கூடிய வாழ்க்கையை வாழ்ந்து காட்டியிருக்கிறார் பெஞ்சமின் பிராங்க்ளின்.

யானையால் யானையாத் தற்று

இந்த மூன்றாவது முறைதான் அறிவியலிலே இன்றைக்கு வளர்ந்திருக்கிற ஒரு முறை, இதையா வள்ளுவர் சொல்லியிருக்கிறார், வியப்பாக இருக்கிறதே என்று அவர் கேட்டார். அவருக்குத் திருக்குறள் வியப்பாக இருக்கிறது. நமக்கு இந்த அறிவியல் செய்தி வியப்பாக இருக்கிறது.

யானையை வைத்து இன்னொரு யானையைப் பிடிப்பது என்பதை, 'யானையால் யானையாத் தற்று' என்கிறார் வள்ளுவர். ஒரு யானையைக் கொண்டு எப்படி இன்னொரு யானையைக் கைப்பற்ற முடியும் என்ற சிந்தனை எழுந்தது. யானைகள் குறித்து ஆய்வு செய்துள்ள வனத் துறை அதிகாரி முனைவர் இராமகிருஷ்ணனைத் தொடர்புகொண்டு இது குறித்துக் கேட்டேன்.

அவர் சொன்னார், மூன்று முறைகளில் யானைகளைப்பிடிக்கிற பழக்கம் நமக்கு உண்டு. முதல்முறை குழி தோண்டி, அந்தக் குழி களுக்குள் யானைகளை விழவைத்துப் பிடிப்பது. இதுதான் பழைய முறை. Pit fall method என்று அதற்குப் பெயர். அதாவது யானை விழும் அளவுக்குப் பெரிய பள்ளமாக ஒரு குழியைத் தோண்டி, அதன் மேற்பகுதியில் இலை, தழை களைக் கொண்டு மூடி மறைத்துவிடுவது. அந்த வழியாக வரும் யானைகள் தவறி அதில்

விழுந்துவிடும். ஆனாலும் இந்த முறையைத் தொடர்ந்து பின்பற்ற முடியவில்லை.

இந்த முறையில் இரண்டு குறைபாடுகள் இருந்தன. தேவையான யானையைத்தவிர, தேவையற்ற யானைக் குட்டிகள் எல்லாம்கூட விழுந்துவிடும். மரங்களை இழுப்பதற்குத்தான் யானைகள் பெரிதும் பயன்படுத்தப்படுகின்றன. அதற்கு முரட்டு ஆண் யானைகள் போதுமானவை. தேவையில்லாமல் குட்டி யானைகள் எல்லாம் விழுந்துவிடுகின்றன. யானைகள் மட்டுமல்லாமல், வேறுவிலங்குகளும் கூட அந்தக் குழிகளுக் குள்ளே விழுந்து விடுகின்றன. எனவே அந்த முறை பயன்படவில்லை.

பிறகு அடுத்ததாக இன்னொரு முறையைப் பின்பற்றியிருக் கிறார்கள். அந்த முறைக்கான வடிவம் என்னவென்றால், ஆண் யானைகளும், பெண் யானைகளும் கூடுகிற அந்தப் பருவ காலத்தில் பெண் யானைகளின் பிறப்பு உறுப்புச் சுரப்பியிலிருந்து ஒரு திரவம் சுரக்கிறது. அந்த நேரத்தில் பெண் யானைகளைக் காட்டில் ஓர் இடத்தில் கொண்டுவந்து நிறுத்தினால், ஆண் யானைகள் எங்கே இருந்தாலும் அதன் மோப்பசக்தி காரணமாக அங்கே வந்து சேர்ந்துவிடும்.

யானைகளுக்குப் பார்வைத் திறன் குறைவு. ஆனால் மோப்பசக்தி எறும்பைக் காட்டிலும், நாயைக் காட்டிலும் கூடுதல். மோப்ப சக்தியை வைத்துக் கொண்டு எவ்வளவு தொலைவில் இருந்தாலும், அந்தப் பெண் யானைகள் இருக்கிற இடத்திற்கு அவை வந்துவிடும். பெண் யானையைப் பார்த்தவுடன், மகிழ்ச்சியாய் அவை உடலுறவு கொள்ளும். அப்போது அந்த ஆண் யானையைக் கைப்பற்றிவிடலாம். ஆனால் இதிலும் கூட ஒரு பெரிய குறைபாடு உண்டு. துன்பியல் போக்கு ஒன்று இதில் இருக்கிறது. காதல் என்பதும் காமம் என்பதும் உயிரியற்கையாக இருக்கிற வேளையில், அந்த ஆண் பெண் யானைகளின் கூடலுக்கு இடையில் அதனைச் சிதைத்து, சிதறடித்து அதனை நாம் கைப்பற்றுவது ஒரு துன்பியல் போக்குதானே. இதனால் சில வேளைகளில் யானைகள் மதம் கொண்டுவிடவும் வாய்ப்புகள் இருக்கின்றன. எனவே இரண்டாவதுமுறையும் பயன்படவில்லை.

மூன்றாவதாக ஒரு முறை கையாளப்படுகிறது. மதநீர் வடிகிற நேரத்தில் மத யானையைக் கொண்டு, மற்ற யானைகளைக் கைப்பற்றுவது என்பதே அந்த மூன்றாவது முறை. மதநீர் என்பது ஆங்கிலத்தில் must என்று சொல்லப்படுகிறது. அதை அவர்கள் pre must, middle must and after must என்று மூன்று சொற்களில் சொல்லுகிறார்கள்.

கண்ணுக்கும் யானையின் காதுக்கும் இடையில் இருக்கிற ஒரு துளையில் இருந்துதான் மதநீர் சுரக்கிறது. உள்ளே இருக்கிற சுரப்பி, அதாவது gland, அதிலிருந்துதான் மதநீர் சுரக்கிறது. மதநீர் சுரக்கத் தொடங்குகிறபோது அது முதல் நிலை (pre must). அப்போது யானை, பாகனின் கட்டுக்குள் இருக்கும். ஆனால் உடனடியாகக் கட்டுப்படாது. ஒரு ஆணையை ஒருமுறை சொன்னால் அது ஏற்றுக்கொள்ளாது. இரண்டு முறை, மூன்று முறை திரும்பத் திரும்பப் பாகன் சொன்னதற்குப் பிறகுதான் கொஞ்சம் கீழ்ப்படியும். அது தொடக்கநிலை.

பிறகு middlemust என்று அவர்கள் சொல்கிற மதநீர் வடிகிற இரண்டாவது கட்டம் என்னவென்றால், எத்தனை முறை சொன்னாலும் பாகனுக்கு யானை கட்டுப்படாது. பாகனை

மட்டுமல்ல யாராக இருந்தாலும் அது தூக்கி எறிந்துவிடும். அது மதம் முற்றிப்போயிருக்கிற நிலை.

After must என்று சொன்னால், மதநீர் வடிந்து வற்றிப்போன நிலை. அந்த நிலையிலே யானை சோர்வாக ஆகிவிடும், எதற்கும் பயன்படாது.

திருக்குறளுக்கு உரை எழுதியிருக்கிற நாமக்கல் இராமலிங்கம் பிள்ளை அவர்கள், யானைக்கு மூன்று விதமான மதநீர் உண்டு. அவை பீஜ மதம், கண்ண மதம், கபால மதம் என்று எழுதுகிறார். யானைகளைப் பற்றிய ஆய்வுகளை நம்முடைய முன்னோர்கள் எவ்வளவு தெளிவாகத் தெரிந்திருக்கிறார்கள் என்பதை நாம் பார்க்க முடிகிறது.

மதநீர் வடியத் தொடங்குகிற நேரத்தில், ஓரளவுக்குப் பாகனின் கட்டுப்பாட்டில் இருக்கிற அந்தத் தொடக்க நிலையில் காட்டுக்குள்ளே யானையை ஓட்டிக் கொண்டு போகிறார்கள். அந்த மதநீரினுடைய வாசத்தை மற்ற யானைகள் மோப்பம் பிடிக்கும். மோப்பம் பிடித்து, மதம் பிடிக்கப்போகிற யானையை எண்ணி மற்ற யானைகள் அஞ்சும். அச்சத்தின் காரணமாக, மற்ற யானைகள் இதன் கூடவே வந்து சேரும். அப்போது எளிதாக அவற்றைக் கைப்பற்றிவிடலாம். பிறகு இந்த யானையையும் நிழலிலே கொண்டு வந்து நிறுத்துவதன் மூலமோ, ஒரு பெண் யானையோடு உறவு கொள்ளச் செய்வதன் மூலமோ அதன் மதத்தினுடைய வேகத்தைக் குறைத்துவிடலாம் என்பது அறிவியல்.

இந்தச் செய்திகளை எல்லாம் வனத்துறை அறிஞர் இராமகிருஷ்ணன் அவர்கள் கூறினார். இந்த மூன்றாவது முறைதான் அறிவியலிலே இன்றைக்கு வளர்ந்திருக்கிற ஒரு முறை, இதையா வள்ளுவர் சொல்லியிருக்கிறார், வியப்பாக இருக்கிறதே என்று அவர் கேட்டார். அவருக்குத் திருக்குறள் வியப்பாக இருக்கிறது. நமக்கு இந்த அறிவியல் செய்தி வியப்பாக இருக்கிறது.

19 ஆம் நூற்றாண்டில், யானை பிடிப்பதில் எது வளர்ந்த முறை என்று அறிவியலில் கண்டுபிடிக்கப்பட்டிருக்கிறதோ,

அதை இரண்டாயிரம் ஆண்டுகளுக்கு முன்னால் வள்ளுவர் எப்படிச் சொல்லியிருக்கிறார் என்கிற கேள்விக்கு இப்போதும் நமக்கு விடை தெரியவில்லை. ஆனாலும் சரியாகச் சொல்லியிருக்கிறார். ஒரு யானையைக் கொண்டு இன்னொரு யானையை அச்சுறுத்திப் பிடிப்பதுபோல, ஒரு பெரிய தொழிலைச் செய்கிறவன் அதை வைத்துச் சின்னச் சின்னத் தொழில்களை எல்லாம் கைப்பற்றிக் கொண்டுவிட முடியும். அதுதான் வினைசெயல் வகை என்று நிர்வாகத்தை வள்ளுவர் சொல்லித் தருகிறார்.

'வினையால் வினையாக்கிக் கோடல் நனைகவுள்

யானையால் யானையாத் தற்று' என்பது குறள்.

கவுள் என்றால் மதநீர். மதநீர் வடியும் யானையைக் கொண்டே இன்னொரு யானையைப் பிடிக்க முடியும் என்பது குறள் தரும் செய்தி.

வள்ளுவரின் பல்துறை அறிவை எண்ணி வியக்காமல் இருக்க முடியவில்லை.

மார்த்தாண்ட வர்ம மகாராஜா

பல ஆண்டுகாலம் மக்கள், தங்களுக்கு உடுத்திக் கொள்ள உரிமை கேட்டுப் போராடினார்கள். 20க்கும் மேற்பட்ட உயிர்கள் அந்தப் போராட்டத்திலே பலியாயின. இது உலகம் கண்டறியாத வரலாறு என்றுதான் சொல்ல வேண்டும்.

மார்த்தாண்ட வர்ம மகாராஜா என்பவர் ஆண்ட காலத்தில் தீண்டாமைக் கொடுமைகள் கடுமை யாகக் காலூன்றி இருக்கின்றன. அவர் 1729லிருந்து 30 ஆண்டு காலம் திருவிதாங்கூர் சமஸ்தானத்தை ஆண்டிருக்கிறார். அந்த மகாராஜாவினுடைய காலம் முழுவதும், ராமையாத் தளவாய் என்கிற ஒரு பார்ப்பனர் அவருக்குத் தூண்டுதலாகக் கூடவே இருந்திருக் கிறார். அவருடைய ஆட்சி என்பது முழுக்க முழுக்க ஒரு குறிப்பிட்ட சாதியினருக்கான ஆட்சியாக இருந்திருக்கிறது.

எனவே ஏழை எளிய மக்களை ஒடுக்குவது என்பதும், குறிப்பிட்ட சாதி மக்களுக்கு அனைத்து நன்மைகளையும் செய்வது என்பதும் அவருடைய இயல்பாக இருந்திருக்கிறது. அதை எதனோடு ஒப்பிட்டுப் பார்க்கலாம் என்றால், இந்து சாம்ராஜ்யம் என்கிற பெயரில் அதற்கு ஒரு அய்ம்பது, அறுபது ஆண்டுகளுக்கு முன்னால் 1674லிருந்து 80 வரைக்கும் மராட்டியத்தைச் சிவாஜி ஆண்ட காலத்தோடு ஒப்பிடலாம். சிவாஜி மாவீரன் என்பது ஒரு பக்கம். ஆனால் குறிப்பிட்ட ஒரு சாதியினருக்கு அடங்கியும், ஒடுங்கியும் அவர்களைத் திருப்திப்படுத்துவதற்காகவும்தான், மராட்டியத்திலே சிவாஜி தன்னுடைய ஆட்சியை

அமைத்துக் கொண்டார் என்பதை வரலாற்று நூல்கள் நமக்குத் தெளிவாகவே சொல்கின்றன. இது அவரின் மறுபக்கம்.

அதைப்போலவே, மார்த்தாண்ட வர்ம மகாராஜாவும் முழுக்க முழுக்க ஒரு குறிப்பிட்ட சமூகத்தினருக்காகவே தன்னுடைய ஆட்சியை நடத்தினார். அவருடைய ஆட்சியிலே மூன்று திட்டங்களை ராமையாத் தளவாய் வகுத்துக் கொடுத்தார். அதை அப்படியே மகாராஜா பின்பற்றினார். முதல் திட்டம், இந்த நாடு ஸ்ரீபத்மநாபசுவாமிக்குக் காணிக்கை என்பது. அதனால், வருகிற வருமானம் உள்ளிட்ட அனைத்தும் பத்மநாபசுவாமியினுடைய கோவிலுக்குப் போய்விடும். அதுதான் அதனுடைய அடிப்படை. இந்த சுவாமி கோவிலுக்கு காணிக்கை இந்த நாடு என்று சொன்னால், அனைத்து அதிகாரங்களும் பத்மநாப சுவாமி கோவிலில் இருந்துதான் வரும். மன்னர் என்பவர் இருப்பார், ஆனால் அதிகாரங்களை அவர்கள் செலுத்துவார்கள் என்கிற புத்திசாலித்தனம். அதாவது அவர்களுக்கு என்று நேரிடையாகச் சொல்லாமல், பத்மநாபசுவாமிக்கு இந்த நாடு காணிக்கை என்று சொல்லித் தங்கள் வசமாக்கிக் கொள்வது முதல் திட்டம்.

இரண்டாவது திட்டம், ஊட்டுபுரைத் திட்டம். ஊட்டுபுரைத் திட்டம் என்றால், நாடு முழுவதும் பல இடங்களில் உணவு நிறுவனங்களை நிறுவுவது. அந்த உணவகங்களில் இலவசமாக அரசின் சார்பில் உணவு வழங்கப்படும். அதுதான் ஊட்டுபுரை.

நாட்டு மக்களுக்கெல்லாம் உணவு ஊட்டுவது நல்லதுதானே என்றால், நாட்டு மக்கள் எல்லோருக்கும் என்று அதற்குப் பொருள் இல்லை. ஒரு குறிப்பிட்ட சாதியினருக்கு மட்டும், அதாவது பார்ப்பனர்களுக்கு மட்டும், அந்த இடத்திலே உணவு வழங்கப்படும் என்பதுதான் அத்திட்டம். அவர்கள் எப்போது வேண்டுமானாலும், யார் வேண்டுமானாலும் அந்த இடத்தில் உணவைப் பெற்று உண்ணலாம். அது அவர்களுக்கான இடம். வேறு எந்தச் சாதியினரும் உள்ளே போகக்கூடாது.

மூன்றாவது திட்டம் என்ன என்றால், 6 ஆண்டுகளுக்கு ஒருமுறை அந்த நாட்டிலே இருக்கிற அனைத்து மக்களுமாகச் சேர்ந்து, அந்த நாட்டில் இருக்கிற பிராமணர்களுக்கு எல்லா வசதிகளையும் செய்து கொடுக்க வேண்டும். அவர்களுக்குக் காணிக்கை கொடுக்க வேண்டும், மற்ற எல்லா உதவிகளையும் செய்ய வேண்டும்.

இந்த மூன்று திட்டங்களையும் அவர் கொண்டு வந்ததற்குப் பிறகு, அது முழுக்க முழுக்க பொதுமக்களுக்கு, உழைக்கும் மக்களுக்கு எதிரான ஆட்சியாகத்தான் இருந்தது.

இத்தனைக்கும் பணத்திற்கு எங்கே போவது? உழைக்கும் மக்களிடம் மிகக் கடுமையாக வரி பெற்றுத்தான், அவரால் இத்தனையும் செய்ய முடிந்தது. வரியைத் திரட்டுவது என்பதில் கடுமையும், ஒரு குறிப்பிட்ட சமூகத்தினருக்கு உதவி காட்டுவது என்பதில் கருணையும் அவரிடத்திலே இருந்தன. இதைத்தான் பின்னால் வந்த திருவிதாங்கூர் சமஸ்தானத்தினுடைய மாமன்னர் அனைவரும் பின்பற்றினார்கள். உழைக்க வேண்டும். உழைப்பில் வருகிற வருமானத்தை அரசுக்குக் கொடுத்துவிட வேண்டும். அந்த வருமானம் அப்படியே பத்மநாபசுவாமி கோவிலுக்குப் போய்ச் சேர்ந்து விடும்.

பதினெட்டாம் நூற்றாண்டினுடைய, மிகக் கொடுமையான, அருவருப்பான, இன்னொரு சட்டம் என்னவென்றால், உழைக்கிற

மக்கள் எல்லோரும், அதாவது சூத்திரர் என்று சொல்லப்படுகிற சாதியினர் அனைவரும், ஆண்களாக இருந்தாலும், பெண்களாக இருந்தாலும், இடுப்புக்கு மேலே ஆடை எதுவும் அணியக்கூடாது என்பதுதான். மேலே உடுத்திக் கொள்கிற உரிமையைக்கூட அவர்கள் இழந்து போனார்கள். 'நீங்கள் உடலைக் காட்டிக் கொள்கிறவர்களாகத்தான் இருக்க வேண்டும்' என்கிற ஆணையையே அந்த திருவிதாங்கூர் சமஸ்தானம் வெளியிட்டது.

அந்தச் சட்டம் ஒரு நூற்றாண்டு காலம் அந்த மண்ணிலே நீடித்தது. 1818ஆவது ஆண்டு சார்லஸ் மீட் என்கிற ஒரு பாதிரியார்தான், ஏன் இங்கு மக்கள் மேலே ஆடைகள்கூட உடுத்திக் கொள்ளாமல் இருக்கிறார்கள், அதிலும் குறிப்பாகப் பெண்களும்கூட உடுத்திக் கொள்ளாமல் இருக்கிறார்களே என்று கேட்டு, அந்த மக்களிடத்திலே ஒரு கிளர்ச்சியை உருவாக்கினார். பிறகு, வைகுந்த சுவாமி போன்றவர்கள் எல்லாம் அந்த மக்களுக்காகப் போராடினார்கள். அதைத்தான் நாம் தோள்சீலைப் போராட்டம் என்று கூறுகிறோம்.

அந்தப் போராட்டம் தொடங்குவதற்குக்கூட ஒரு நூற்றாண்டுக் காலம் ஆயிற்று. அதுவரைக்கும் ஏன் நமக்கு உடுத்திக் கொள்ள உரிமை இல்லை என்று கேட்கக்கூட உணர்வற்றவர்களாகத்தான் நம் மக்கள் ஆக்கப்பட்டிருந்தார்கள். 1818இல் அந்தப் போராட்டம் தொடங்கிற்று. 1826 முதல் 29 வரை அந்தப் போராட்டம் மிகக் கடுமையாக நடைபெற்றது. திருவிதாங்கூர் அரசு 1826இல் மிகக் கடுமையான ஓர் ஆணையை வெளியிட்டது. மறுபடியும் 1829 பிப்ரவரி மாதம் 3ஆம் தேதி மிக உறுதியான இன்னொரு அரசு ஆணை வெளிவந்தது. 'வேறு சாதியினர் யாரும் இப்படி மேல் ஆடைகளை உடுத்திக் கொள்ளக்கூடாது. அப்படி உடுத்திக் கொண்டால் அவர்கள் தண்டனைக்கு உரியவர்கள்' என்பது அந்த ஆணை. பல ஆண்டுகாலம் மக்கள், தங்களுக்கு உடுத்திக் கொள்ள உரிமை கேட்டுப் போராடினார்கள். 20க்கும் மேற்பட்ட உயிர்கள் அந்தப் போராட்டத்திலே பலியாயின. இது உலகம் கண்டறியாத வரலாறு என்றுதான் சொல்ல வேண்டும்.

எந்த நாட்டிலும், மக்கள் உடுத்திக் கொள்வதற்குக்கூட போராட வேண்டி இருந்தது என்பதைப் பார்க்க முடியாது. இது ஏதோ 500, 1000 ஆண்டுகளுக்கு முன்பு நடந்ததன்று. ஒரு நூற்றி எழுபது

ஆண்டுகளுக்கு முன்பு நடந்த செய்திதான். நாம் ஒன்றை வெளிப்படையாக ஒப்புக்கொள்ள வேண்டும். வெள்ளைக்கார அரசுதான் 1859லே ஒரு சட்டம் போட்டது. அதுவும் சட்டமாகக்கூட இல்லை, மகாராஜாவுக்கு ஒரு வேண்டுகோளாகத்தான் அதை விடுத்தது. 'நாகரிகம் மிக்க உலகம் இதை ஏற்றுக் கொள்ளாது, உலகம் நம்மைப் பார்த்துக் கேள்வி கேட்கும், 1829ஆம் ஆண்டு ஆணையை மகாராஜா திரும்பப் பெற்றுக் கொள்ள வேண்டும் என்று பிரிட்டிஷ் அரசு விரும்புகிறது' என்பது அந்த வேண்டுகோள். அதன் பின் அந்த ஆணை திரும்பப் பெறப்பட்டு, மக்கள் மேலே உடுத்திக் கொள்ளலாம் என்கிற நிலை வந்தது.

வரலாற்றிலே மிகச்சிறந்த மன்னர்களையெல்லாம் நாம் அறிந்து கொள்ள வேண்டியது எவ்வளவு அவசியமோ, அதைப்போல மார்த்தாண்ட வர்ம மகாராஜாக்களையும் நாம் அறிந்து கொள்ளவேண்டியதும் மிகத் தேவையான ஒன்றாகிறது.

உலகெல்லாம் உறவே

ஆஸ்திரேலியா போன்ற நாடுகளிலே எல்லாம் குழந்தைகளைப் பெற்றுக் கொண்டால் அந்த அரசு அவர்களுக்கு ஊக்கத் தொகை வழங்குகிறது. இரண்டு குழந்தை, மூன்று குழந்தை என்றால் ஊக்கத்தொகை, 6 குழந்தை பெற்றுக்கொண்டால் நீங்கள் வேலைக்கே போக வேண்டாம்.

இந்தியாவில் இத்தனை கோடி மக்கள் இருந்தும் இன்னும் போதுமான அளவுக்கு நம்முடைய முன்னேற்றம் இல்லையே ஏன் என்று ஒரு கேள்வி எழுந்தது. இத்தனை கோடி மக்கள் இருப்பதால் தான் முன்னேற்றம் ஏற்படவில்லை என்று அதற்கு விடை வந்தது. மக்கள் தொகைதான் நம்முடைய முன்னேற்றத்திற்கு மிகப்பெரிய தடையாக இருக்கிறது என்று ஒரு சாரார் கருதுகின்றனர். 'பிறக்கிற பிள்ளைகள் உண்பதற்கு ஒரு வயிற்றோடு மட்டும் பிறக்கவில்லை, உழைப்பதற்கு இரண்டு கைகளோடும்தான் பிறக்கின்றனர், எனவே அது மக்கள் தொகை அன்று... மக்கள் வளம்' என்று இன்னொரு சாரார் கருதுகின்றனர்.

மக்களைச் சுமையாகப் பார்க்கிற நிலையிலே இருந்து மாறி, அதனை ஒரு மனித வளம் என்ற பார்க்க வேண்டும் என்பது சரிதான். ஆனாலும், பெரிய அளவிலான மனித எண்ணிக்கையின் பெருக்கம், பல நேரங்களில் நம் முன்னேற்றத்திற்குத் தடையாக இருக்கிறது என்பதையும் மறுக்க முடியாது.

ஒட்டு மொத்தமாக அது ஒன்றுதான் காரணம் என்பது போலவும், மக்கள் தொகையைச் சுருக்கி விட்டால், இந்தியா எல்லா விதத்திலும் முன்னேறி விடும் என்பது போலவும் கூறுவது, நியாயமான, உண்மையான கருத்து அன்று. மக்கள் தொகையினுடைய பெருக்கம் கட்டுப்படுத்தப்பட வேண்டும் என்கிற கருத்து எல்லாத் துறையினராலும் ஏற்றுக் கொள்ளப்பட்டிருக்கிறது. அதன் விளைவாகவே குடும்பக் கட்டுப்பாட்டுத் திட்டம் நடைமுறைக்கு வந்தது. நாம் இருவர் நமக்கு இருவர், பிறகு, நாம் இருவர் நமக்கு ஒருவர் என்கிற நிலைக்கு நாம் வந்து விட்டோம். அடுத்த கட்டமாக நாம் இருவர் நமக்கு இடையிலே ஏன் இன்னொருவர் என்று கேட்டு விடுவார்களோ என்று சிலருக்கு அச்சம் வருகிறது.

அது ஒரு நாளும் வராது. ஏனென்றால் இந்த உலகம் மறுபடியும் மறுபடியும் பெருகிக் கொண்டே இருக்கும் இயல்புடையது. எனவே குழந்தைகளே வேண்டாம் என்கிற திட்டத்தை யாரும் எந்த நாட்டிலும், எந்தக் காலத்திலும் ஏற்றுக் கொள்ளமாட்டார்கள். ஆனால் ஒரு குடும்பத்திற்கு ஒரு குழந்தை என்கிற திட்டத்தை நோக்கி நாம் இப்போது நடந்து கொண்டிருக்கிறோம். இதனால் நமக்கு இன்னொரு புதிய கவலையும் அச்சமும் வந்திருக்கிறது.

ஒரு குடும்பத்தில் ஒரே ஒரு குழந்தைதான் என்றால், அண்ணன் கிடையாது, தம்பி கிடையாது, அக்கா கிடையாது, தங்கையும் கிடையாது. நாற்பது ஆண்டுகளுக்கு முன்னால் எண்ணிப் பார்த்தால் ஒவ்வொரு குடும்பத்திலும் பத்து, பதினைந்து குழந்தைகள் இருந்திருக்கிறார்கள். அவர் மூத்த அண்ணன், இவர் இரண்டாவது அண்ணன், அது பெரிய அக்கா, இது இரண்டாவது தம்பி என்றெல்லாம் உறவுகள் இருந்தன. பிறகு அண்ணன் தம்பிகள், அக்காள் தங்கைகள் மூலம் பெரியப்பா, சித்தப்பா, அத்தை, மாமா என்று உறவுகள் விரிந்தன. இவர் கூடலூர் அத்தை, அவர் மதுரை மாமா என்று ஊர் சொல்லித் தெரிகிற அளவுக்கு உறவுகள் விரிந்து கிடந்தன.

இப்போது ஒரு குடும்பத்தில் ஒரு குழந்தைதான் என்றால், அண்ணன் தம்பியும், அக்காள் தங்கையுமே இல்லாமல் போனதற்குப் பிறகு அத்தையும், மாமனும், சித்தப்பாவும், சித்தியும் எங்கிருந்து வருவார்கள்? எதிர்காலத்தில் குழந்தைகளுக்கு இந்த உறவுகள் எல்லாம் தெரியாமல் போய் விடுமோ என்று கவலை வருகிறது. இன்றைக்கும் மேலை நாடுகளிலே, சின்னச் சின்னக் குடும்பமாக இருக்கிற காரணத்தாலே, சித்தப்பா, பெரியப்பா என்று தனித்தனிச் சொற்களையெல்லாம் வைத்துக் கொள்ளவில்லை. சித்தப்பாவும் அங்கிள்தான், மாமாவும் அங்கிள்தான். சித்தியும் ஆன்ட்டிதான்,

அத்தையும் ஆன்ட்டிதான். நமக்கும் அந்த நிலைமை வந்து விடுமோ என்கிற கவலை இப்போது புதிதாக எழுகிறது.

இந்தக் கவலையை எப்படி நாம் தெரிந்தும், தெளிந்தும் மாற்றிக் கொள்ள வேண்டுமென்றால், நாம் எல்லா உறவுகளையும்

குடும்பத்துக்குள் மட்டுமே தேடுவதை நிறுத்த வேண்டும். உலகம் முழுவதும் உறவுகள் உள்ளன என்று கருதிப் பழகத்தொடங்கினால், நமக்கு அண்ணன் கிடைப்பான், தம்பி கிடைப்பான், அத்தை கிடைப்பார், மாமாவும் கிடைப்பார்.

நம்மோடு பிறந்தவர்கள் மட்டும்தான் நம்முடைய சகோதரர்கள் என்று இன்னமும் எத்தனை நாளைக்கு நாம் கருதப்போகிறோம்.

நம்மோடு பிறக்கவில்லை என்றாலும், சகோதரர்கள் வெளியில் இல்லையா? நம்மோடு நேரடியான ரத்த உறவு இல்லாதவர்கள் என்றாலும்கூட, மற்றவர்கள் நமக்கு உதவுவதில்லையா? எனவே சமூகத்தைக் குடும்பமாகப் பார்க்கிறவனுக்கு, இந்தக் குறை வந்து சேராது. நம் வீடு மட்டும்தான் நம்முடைய உலகம், நம்முடைய குடும்பம்தான் நம்முடைய சமூகம் என்று கருதுகிறவர்களுக்குத்தான் இந்த அச்சம் வரும்.

கவிஞர் அறிவுமதி ஒரு பாட்டிலே மிக அழகாக எழுதுவார். தன் மகளைப் பார்த்து அவர் பாடுகிற பாட்டிலே சொல்வார்: 'நீ மட்டும் மகளில்லை. நீ மட்டும் உறவில்லை... உலகெங்கும் வாழும் பாட்டாளி பெற்ற மகளெல்லாம் மகளே! எனக்கு உலகெல்லாம் உறவே' என்று எழுதுவார்.

மக்கள் தொகையில் சில வெளிநாடுகள் நமக்கு நேர் எதிரான நிலையில் உள்ளன. குறிப்பாக ஆஸ்திரேலியா போன்ற நாடுகளைச் சொல்லலாம். பரப்பளவில் அந்த நாடு இந்தியாவைப் போல இரண்டரை மடங்கு பெரியது. ஆனால் நம் நாட்டில் மக்கள் தொகை 100 கோடியைத் தாண்டிவிட்டது. அவ்வளவு பெரிய நாடான ஆஸ்திரேலியாவின் மக்கள் தொகையோ வெறும் 2 கோடி மட்டுமே. அதனால்தான், ஆஸ்திரேலியா போன்ற நாடுகளிலே எல்லாம் குழந்தைகளைப் பெற்றுக் கொண்டால் அந்த அரசு அவர்களுக்கு ஊக்கத் தொகை வழங்குகிறது. இரண்டு குழந்தை, மூன்று குழந்தை என்றால் ஊக்கத்தொகை, 6 குழந்தை பெற்றுக்கொண்டால் நீங்கள் வேலைக்கே போக வேண்டாம். அரசு மாதா மாதம் ஊதியத்தை வீட்டிலே கொண்டு வந்து கொடுக்கிறது.

அவர்களுக்கு மனித வளம் தேவைப்படுகிறது. நமக்கு மனித வளம் கூடுதலாக இருக்கிற காரணத்தினாலே, அதைச் சமப்படுத்திக் கொள்ள வேண்டிய கட்டாயம் நேர்கிறது. எனவே மனித எண்ணிக்கை என்பதே எல்லாவற்றையும் தீர்மானிக்கிற ஒன்று என்று நாம் கருத வேண்டியதில்லை. இது போன்ற எண்ணங்களிலே இருந்தெல்லாம் விடுபடுவதற்கான அடிப்படையான செய்தி, ஒவ்வொரு மனிதனும் தன் வீட்டுக்குள் மட்டும் சுருங்கி விடாமல், பாரதிதாசன் சொல்வதுபோல தன் வீடு, தன் குடும்பம் என்று இருந்துவிடாமல், பரந்துபட்ட சமூகப் பார்வையோடு வாழக் கற்றுக்கொள்ள வேண்டும்.

எண்ணங்கள் விரியும்போது, நம் உறவுகளின் எல்லைகளும் விரிகின்றன. இது புதிய பார்வை அன்று. இதுதான் நம்முடைய பழைய தமிழ் மரபும், பழைய தமிழ்ப் பார்வையும் ஆகும். யாதும் ஊரே

யாவரும் கேளிர் என்னும் புறநானூற்றின் பார்வை இதுதான். பாரடங்கலும் பசிப்பிணி அறுக என்று மணிமேகலை கூறுவது இந்தக் கோணத்தில்தான். எல்லோரும் இன்புற்றிருக்க நினைப்பதுவே அல்லாமல் வேறொன்றறியாத தாயுமானவர் இப்படித்தான் நமக்குக் கிடைத்தார். 'பாரடா உனது மானுடப் பரப்பை, விசாலப் பார்வையால் விழுங்கு மக்களை, மானுட சமுத்திரம் நானென்று கூவு, உலகம் உண்ண உண், உடுத்த உடுத்து' என்று பாரதிதாசன் படிப்பித்த பாடமும் இந்த நோக்கத்தோடுதான்.

காந்தியாரும் அவரது உதவியாளரும்

ஒரு மாலை நேரத்தில், கஸ்தூரிபாய் அம்மையாரும், தேசாயின் மனைவி துர்காதேவியும் ஒரு கோயிலுக்குச் சென்றிருந்தனர். அதைக் கேள்விப்பட்ட காந்தியார் மிகவும் சினம் கொண்டார். எப்படி நீங்கள் அவர்களை அங்கு செல்ல அனுமதித்தீர்கள் என்று தேசாயிடம் கடிந்து கொண்டார்

1948 சனவரி 30 ஆம் நாள், நாதுராம் கோட்சே என்னும் இந்து மத வெறியன் ஒருவனால் அண்ணல் காந்தி அடிகள் சுட்டுக் கொல்லப் பட்டார். அவருடைய இறுதி நாள்கள், இறுதி நிமிடங்கள் எப்படி இருந்தன என்பதைப் பல வரலாற்று ஆசிரியர்கள் பதிவு செய்துள்ளனர். பொதுவாக, தலைவர்களின் இறுதி நாள்கள் குறித்து அவர்களின் உதவியாளர்கள்தாம் குறிப்புகளை எழுதி வைப்பது வழக்கம். ஆனால் காந்தியாரோ, தன் உதவியாளர் மகாதேவ தேசாயின் இறுதி நாள்களைப் பற்றித் தன் குறிப்புகளில் பதிவு செய்துள்ளார். தன் உதவியாளரைக் காந்தியார் எப்படி நடத்தினார் என்பதன் மூலம் காந்தியாரின் பல குணங்களையும் நாம் அறிந்து கொள்ள முடிகிறது.

1917 ஆம் ஆண்டு, தென் ஆப்பிரிக்காவில் இருந்து இந்தியா திரும்பிய பிறகு, குஜராத்தில் நடைபெற்ற ஒரு மாநாட்டில் காந்தியடிகள்

கலந்து கொண்டார். அங்குதான் அவரை மகாதேவதேசாய் முதன் முதலாகச் சந்திக்கின்றார். அப்போது தேசாய் சட்டம் படித்த ஓர் இளம் வழக்கறிஞர். எனினும் நீதி மன்றம் சென்று தன் பணியை அவர் அப்போது தொடங்கவில்லை. தன் நண்பர்களுடன் மாநாட்டிற்கு வந்த தேசாய், காந்தியாரின் உரையை எழுத்து மாறாமல் அப்படியே தன் சுருக்கெழுத்தில் பதிவு செய்தார். பிறகு அதனை விரிவாக எழுதியதோடு, அந்த மாநாட்டில் நடைபெற்ற முக்கியமான நிகழ்வுகளையும் பதிவு செய்து, காந்தியாரிடம் கொண்டு போய்க் காட்டினார். அவரின் திறமை கண்டு அண்ணல் வியந்து பாராட்டினார்.

காந்தியாரின் மீது அளவுகடந்த மதிப்பும், அன்பும் கொண்ட தேசாய், 'நான் இன்னும் எந்தப் பணியிலும் இணையவில்லை. நீங்கள் ஏற்றுக் கொண்டால் உங்களின் உதவியாளராக என் பணியைத் தொடங்க ஆவலாக உள்ளேன்' என்றார். 'நீங்கள்தான் ஏற்கனவே பணியைத் தொடங்கிவிட்டீர்களே' என்றார் காந்தியார். அன்று தொடங்கி, தன் இறுதிநாள் வரை 25 ஆண்டுகள், மகாதேவ தேசாய் காந்தியாரின் உதவியாளராக மட்டுமின்றி, அணுக்கத் தொண்டராகவும் பணியாற்றினார்.

காந்தியார் எப்படிச் சிந்திப்பார், அவரிடம் இருந்து எப்படிச் சொற்கள் வெளிப்படும் என்பதை எல்லாம் தேசாய் துல்லியமாக அறிந்து வைத்திருந்தார். அரிஜன் இதழுக்காகக் காந்தியார் எழுத

வேண்டிய கட்டுரைகளுக்கான குறிப்புகளை எடுத்து வைக்கும் தேசாய், சில வேளைகளில் அவற்றை ஒரு கட்டுரையாகவே எழுதிக் காந்தியாரிடம் காட்டுவார். அதை அப்படியே பத்திரிகைக்குக் கொடுத்துவிடலாம் என்று காந்தியார் சொன்ன நேரங்களும் உண்டு. அந்த அளவிற்கு ஒரு புரிதல் உடைவராகத் தேசாய் பணியாற்றினார்.

ஒரு மாலை நேரத்தில், கஸ்தூரிபாய் அம்மையாரும், தேசாயின் மனைவி துர்காதேவியும் ஒரு கோயிலுக்குச் சென்றிருந்தனர். அதைக் கேள்விப்பட்ட காந்தியார் மிகவும் சினம் கொண்டார். எப்படி நீங்கள் அவர்களை அங்கு செல்ல அனுமதித்தீர்கள் என்று தேசாயிடம் கடிந்து கொண்டார்.

காந்தியார் ஒன்றும், பெரியாரைப் போல இறை மறுப்பாளரோ, கோயில்களுக்குச் செல்லாதவரோ இல்லை. அன்றைய கோபத்திற்கு வேறு காரணம் இருந்தது. தாழ்த்தப்பட்ட மக்களை அனுமதிக்காத கோயில்களுக்குள் நுழைவதில்லை என்று உறுதி எடுத்திருந்த காந்தியார், பிறரும் அங்கு செல்லக் கூடாது என்று வேண்டுகோள் வைத்திருந்தார். அப்படிப்பட்ட ஒரு கோயிலுக்குத்தான் அன்று அவர்கள் இருவரும் சென்றிருந்தனர். அதுதான் காந்தியாரின் கோபத்திற்குக் காரணமாய் அமைந்தது.

'தவறு செய்துவிட்டேன். உங்களின் நோக்கத்திற்கு எதிரான செய்கைக்கு நானே துணைபோய்விட்ட காரணத்தினால், உங்களின் உதவியாளராக இருக்கும் தகுதியை நான் இழந்து விட்டதை உணர்கிறேன். எனவே என் பொறுப்பில் இருந்து விலகிக் கொள்கிறேன்' என்று தேசாய் கடிதம் கொடுத்தார். அதைக் கண்ட காந்தியார் ஆறுதல் அடைந்து, 'சரி விடுங்கள், இனி அவ்வாறு நேராத வண்ணம் பார்த்துக் கொள்ளுங்கள்' என்று கூறினார்.

ஒரு முறை மைசூர் மாகாணத்தில் சுற்றுப் பயணம் செய்து கொண்டிருந்த போது, அங்குள்ள ஜோக் நீர்வீழ்ச்சியைப் பார்க்க வேண்டும் என்னும் ஆவல் தேசாய்க்கு எழுந்தது. அதனை நேரடியாக் கூறாமல், 'பாபுஜி, ஜோக் நீர்வீழ்ச்சி மிக அருமையான

ஒன்று. நீங்கள் அதனைக் கண்டிப்பாகப் பார்க்க வேண்டும்' என்றார். 'அப்படியா, அதில் என்ன அவ்வளவு சிறப்பு?' என்று கேட்டார் காந்தியார். உடனே தேசாய், 'நான் பார்த்ததில்லை. நயாகரா நீர்வீழ்ச்சியை விட அழகானது என்று சொல்வார்கள். நயாகராவில் பரவலாக நீர் வீழ்கிறது. ஆனால் இங்கோ, 960 அடி உயரத்திலிருந்து நீர் கொட்டுகிறதாம். அது காணக்கிடைக்காத காட்சி என்று கூறுகிறார்கள்' என்றார். அமைதியாக எல்லாவற்றையும் கேட்டுக்கொண்ட காந்தியார், 'சரி, இன்றைக்கு அரிஜன் இதழுக்கான கட்டுரைகளை எழுதி முடிக்க வேண்டிய நாள். வேறு வேலைகளுக்கு நேரமில்லை' என்று சொல்லி முடித்து விட்டார். தேசாயும் நீர் வீழ்ச்சியை மறந்து விட்டார்.

ஐந்தாண்டுகளுக்குப் பிறகு, மைசூர் திவானைச் சந்திப்பதற்காக, காந்தியார் தேசாயிடம் ஒரு கடிதம் கொடுத்து அனுப்பினார். தேசாய் கிளம்பும் போது, 'திவானைச் சந்தித்து நீங்கள் உடனே ஊர் திரும்ப வேண்டியதில்லை. மேலும் சில நாள்கள் தங்கி, நீங்கள் பார்க்க விரும்பிய ஜோக் நீர்வீழ்ச்சியைப் பார்த்துவிட்டுத் திரும்புங்கள்' என்று காந்தியார் கூறியபோது, தேசாய் நெகிழ்ந்து போனார். தன்னுடைய விருப்பத்தை 5 ஆண்டுகளுக்குப் பிறகும் மறக்காமல் நினைவில் வைத்து நிறைவேற்றிய காந்தியாரின் பெருந்தன்மையை எண்ணி மகிழ்ந்தார்.

கனிவும் கண்டிப்பும் கலந்த கலவையே காந்தியார்.

1942 ஆகஸ்டில், வெள்ளையனே வெளியேறு போராட்டம் தொடங்கிற்று. அதற்கு முன்பு நடைபெற்ற எந்த ஒரு போராட்டத்தையும் விட அது கடுமையானதாக இருக்கப் போகிறது என்பதை அனைவரும் உணர்ந்தனர். காந்தியாருக்கோ ஓய்வில்லாத வேலைகள் தொடர்ந்து கொண்டிருந்தன. ஆனால் அந்த நேரம் பார்த்து, தேசாய்க்கு உடல் நலமில்லாமல் போய் விட்டது. உடல் நலிவோடு பணிகளை ஆற்றி வந்த அவரைக் காந்தியார் கவனித்தார். உடனடியாகப் பணிகளில் இருந்து அவரை விடுவித்து, நாசிக்கில் உள்ள மருத்துவமனைக்கு அவரை அனுப்பி வைத்தார்.

நாசிக்கிற்குப் போகாமல் பாதியிலேயே திரும்பி விட்டார் தேசாய். காந்தியடிகள் இக்கட்டான போராட்டத்தில் ஈடு பட்டிருக்கும்போது, அவரை விட்டு விலகத் தேசாய்க்கு மனம் வரவில்லை. ஏதோ காரணங்களைச் சொல்லி, காந்தியாரிடமே திரும்பி வந்து விட்டார்.

ஆகஸ்டு 9ஆம் தேதி காந்தியார் கைது செய்யப்பட்டார். அவர் கூடவே இருந்த தேசாயையும் அரசு கைது செய்தது. இருவரையும் ஆகாகான் மாளிகையில் சிறை வைத்தனர். தேசாயின் உடல்நலம் மேலும் மேலும் சீர்கெட்டது. அவரை எப்படிக் காப்பாற்றலாம் என்று காந்தியார் கவலைப்பட்ட போது, தேசாய், 'என்னை எந்த மருத்துவமனைக்கும் அனுப்பி விடாதீர்கள். உங்கள் அருகில் இருக்கும் போதே என் உயிர் போக வேண்டும் என்பதுதான் என் விருப்பம்' என்றார். அதன் பிறகு அவரை மருத்துவரிடம் அனுப்பும் எந்த முயற்சியையும் காந்தியார் மேற்கொள்ளவில்லை.

ஆகஸ்டு 15ஆம் தேதி, தேசாயின் உடல்நலம் மிகவும் சீர்கேடு அடைந்தது. காந்தியார் அவரை அருகில் அழைத்துத் தன் மடியில் படுக்க வைத்தார். சில நிமிடங்களுக்குப் பிறகு, அண்ணலின் மடியில் அவர் உயிர் பிரிந்தது.

ஒரு தலைவருக்கும், அவர் உதவியாளருக்கும் இடையில் இப்படி ஒரு புரிதலும், பாசப்பிணைப்பும் இருக்க முடியும் என்பதை அவர்களின் வரலாறு நமக்கு உணர்த்துகிறது.

சங்க இலக்கியங்களில் பார்ப்பனர்

உழைக்கிறவனுக்கான மதிப்புக் குறைந்து, மந்திரம் சொல்கிறவனுக்கான மதிப்புக் கூடுகிறபோது, அந்தச் சமூகம் எப்படித் தன் நிலைதாழ்ந்து போகிறது என்பதை எங்கெல்ஸ் குறிப்பிடுவார்.

பார்ப்பனர் என்கிற சொல் ஒரு சாதியை, ஒரு சமூகக் கூட்டத்தைக் குறிக்கிற சொல்தானே தவிர, அது ஒரு வசைச்சொல் அன்று. இன்றைக்கு அப்படிச் சொன்னால் ஒரு குறிப்பிட்ட சாதியினரை இழிவு படுத்துவதாகச் சிலர் நினைத்துக் கொள்கிறார்கள். ஆனால் அந்தச் சொல் சங்க இலக்கியங்களிலிலேயே பயின்று வந்திருக்கிறது என்பதுதான் உண்மை.

அண்மையில் பேராசிரியர் மாதையன் அவர்கள் சங்ககால இனக்குழுச் சமுதாயம் பற்றியும், அரசு உருவாக்கம் பற்றியும் ஓர் அரிய நூலை எழுதியிருக்கிறார். அந்த நூலுக்கான தலைப்பு கொஞ்சம் நீண்டதாகத்தான் இருக் கிறது. 'சங்க கால இனக்குழுச் சமுதாயமும், அரசு உருவாக்கமும்' என்பது அந் நூலின் பெயர். அந்த நூலுள், புறநானூற்றில், பதிற்றுப்பத்தில், மதுரைக் காஞ்சியில் - இப்படிப் பல்வேறு இலக்கியங்களில் பார்ப்பனர்

என்கிற சொல் எப்படிப் பயின்று வந்திருக்கிறது என்பதும், அன்றைக்கு அவர்கள் அரசர்களிடத்திலே எவ்வளவு செல்வாக்குச் செலுத்தினர் என்பதும் குறிப்பிடப்பட்டிருக்கிறது.

வேள்விகளை நடத்துகிற புதிய பழக்கம் சங்ககாலத்திலே தான் தமிழர்களின் வாழ்வியலுக்குள்ளே வந்திருக்கிறது. அதற்கு முன்பு நாம் மிக நன்றாக அறிவோம், சிந்து சமவெளி நாகரிக காலத்திலே எல்லாம் மண்ணையும், பெண்ணையும் மட்டும்தான் தமிழர்கள் வணங்கிக் கொண்டிருந்தார்கள். மண்ணும் பெண்ணும் தான் விளைத்துத் தருகின்றனர் என்பதனாலே, மறுபடியும் மறுபடியும் உற்பத்திக்கு இவைதான் காரணம் என்பதனாலே, அத்தகைய வழிபாடு இருந்திருக்கிறது. மண்ணிலிருந்து பயிர் விளைகிறது, பெண்ணிலிருந்து மானுட இனம் விளைகிறது, எனவே அந்தப் பழக்கம் இருந்திருக்கிறது.

நெருப்பை வணங்குகிற - வேள்வி நடத்துகிற - யாகம் நடத்துகிற பழக்கம் பிற்காலத்திலே வந்தது என்பது ஆய்வாளர்களின் முடிவு. எனவே அப்படி வேள்வி நடத்துகிற பழக்கத்தோடு சேர்ந்து பார்ப்பனர் என்கிற சொல்லும் தமிழ் இலக்கியங்களிலே பயின்று வருகிறது. புறநானூற்றிலே ஒரு வரி

இருக்கிறது. ஒரு மன்னரைப் பார்த்து ஒரு புலவர் சொல்கிறார், 'நின் முன்னோரெல்லாம் பார்ப்பன ஓவம் செய்யார்' என்கிறார். அவர்களுடைய மனம் கோணுகிறபடி உன் முன்னோர்கள் யாரும் செய்ததில்லை, நீயும் அப்படிச் செய்துவிடக் கூடாது, அவர் மனம் மகிழ்கிறபடிதான் ஆட்சி நடத்தவேண்டும் என்று அவர் புறநானூற்றிலே சொல்கிறார்.

பழந்தமிழ்ப் புலவர்களிலும்கூட, பார்ப்பனர்கள் பலர் இருந்திருக்கிறார்கள். கபிலர், பரணர், நக்கீரர் போன்ற மூத்த தமிழ்ப் புலவர்களும், பத்துப்பாட்டிலே, மலைபடுகடாம் என்கிற ஒரு நூலை எழுதிய பெருங்குன்றூர்ப் பெருங்ககவுசிகரும், பட்டினப்பாலை என்கிற அழியாத இலக்கியத்தைத் தந்திருக்கிற கடியலூர் உருத்திரங்கண்ணனாரும் அந்தப் பார்ப்பன சமுதாயத்தைச் சேர்ந்தவர்கள்தான் என்கிற குறிப்பை உரையாசிரியர்கள் நமக்குத் தந்திருக்கிறார்கள்.

'அந்தணர் வழிமொழிந்து ஒழுகி' என்று பதிற்றுப்பத்திலே ஒரு வரி இருக்கிறது. அவர்கள் எதை முன்மொழிகிறார்களோ அதை அப்படியே வழிமொழிந்துதான் அன்றைக்கு அரசர்கள் ஆட்சி நடத்தினார்கள் என்கிற செய்திக் குறிப்பை நாம் பார்க்கிறோம். 'பார்ப்பார்க் கல்லது பணிபறி யலையே' என்றும், 'தொலையாக் கொள்கை சுற்றஞ்சுற்ற வேள்வியில் கடவுள் அருத்தினை' என்றும் கூட பதிற்றுப்பத்திலே பாடல் வரிகளை நாம் காண்கிறோம். பார்ப்பனர்களுக்குப் பணிதலும், வேள்வியைப் புகழ்தலும் மன்னர்கள் சிலரின் மரபாக இருந்துள்ளது என்பதையும் இவற்றின் மூலம் அறியமுடிகிறது.

மதுரைக்காஞ்சியிலே தலையானங்கானத்துச் செருவென்ற பாண்டிய நெடுஞ்செழியனைப் பற்றிப் பேசுகிறபோது ஒரு செய்தி வருகிறது. அந்தத் தலையானங்கானத்து நெடுஞ்செழியன் இருக்கிறாரே, அவர் போருக்குப் போவதற்கு முன்னால் 'வேள்வி முடித்தாய்' என்று ஒரு தொடர் இருக்கிறது. வேள்வியை, யாகத்தை எல்லாம் நடத்தி முடித்துவிட்டுப் போருக்குப் போகிற பழக்கம் இடையிலே வந்து சேர்ந்திருக்கிறது. அல்லது வேள்வியை வெற்றிகரமாக முடித்தால்தான் போரிலேயும் வெற்றி பெற முடியும் என்கிற அளவுக்கு அங்கே நம்பிக்கைகள்

உருவாக்கப்பட்டிருக்கின்றன. அப்படி உருவாக்கப்பட்ட நம்பிக்கைகளின் விளைவாகப் பொன்னையும், பூவையும், நிலத்தையும் அவர்களுக்கு மன்னர்கள் அள்ளி அள்ளிக் கொடுத்திருக்கிறார்கள் என்பதையும் நாம் இலக்கியங்களிலே பார்க்கிறோம்.

புறநானூற்றில் ஒரு பாட்டு வரி இப்படிச் சொல்லுகிறது, 'ஏற்ற பார்ப்பார்க்கு இருங்கை நிறையப் பூவும், பொன்னும் புனல்படச் சொரிந்து' என அந்தப் பாடல் வரி அமைகிறது. இவை அனைத்தையும் அப்படியே காலவரிசைப்படியும், ஆய்வு முறைப்படியும் பேராசிரியர் மாதையன் எடுத்துக் காட்டுகிறார். பொன்னும், பூவும் புனல்படச் சொரிந்து இரண்டு கைகளாலும் வாரிக்கொடுத்திருக்கிறார்கள், ஏற்ற பார்ப்பார்க்கு என்கிற தொடரை அவர் எடுத்துக் காட்டுகிறார். இப்படிப் புறநானூற்றில், பதிற்றுப்பத்தில், மதுரைக் காஞ்சியில் இன்னும் பல சங்க இலக்கியங்களிலே எல்லாம் இதுபோன்ற குறிப்புகளை நாம் பார்க்கிறோம்.

இந்தக் குறிப்புகளின் மூலம், பழந்தமிழ்ச் சமூகத்தின் பண்பாடுகளை நாம் அறிந்து கொள்கிறோம். அரசர்கள் நாட்டை ஆண்டாலும்கூட, பார்ப்பனர்கள் என்று சொல்லப்படுகிற அந்தச் சமூகத்தினருடைய அறிவுரையின்படிதான் அவர்கள் ஆண்டிருக்கி றார்கள் என்பதையும், இந்த நாட்டுக்குப் பொதுச்சொத்தாக இருந்த நிலத்தையும், பொன்னையும் அவர்களுக்குக் கொடுத்து, அதை அவர்களின் தனிச்சொத்தாக ஆக்கியிருக்கிறார்கள் என்பதையும் இலக்கிய வரலாறு வாயிலாக நாம் அறிந்து கொள்ள முடிகிறது.

இந்த நிகழ்வுகளினுடைய தொடக்கம் மெல்ல மெல்ல வளர்ந்து, உழைக்கும் கைகளும், உற்பத்திப் பொருள்களும் பின்னுக்குத் தள்ளப்பட்டு, மந்திரங்களும், வேள்விகளும், மறைநூல்களும் முன்னுக்கு வந்திருக்கின்றன. இதை ஏறத்தாழ எங்கெல்ஸ் தன்னுடைய புத்தகத்திலே குறிப்பிடுகிறார். பல்வேறு சமுகங்களிலும்கூட இதுபோன்ற பிறழ்நிலை ஏற்பட்டிருக்கிறது என்கிறார் அவர். உழைக்கிறவனுக்கான மதிப்புக் குறைந்து, மந்திரம் சொல்கிறவனுக்கான மதிப்புக் கூடுகிறபோது, அந்தச்

சமுகம் எப்படித் தன் நிலைதாழ்ந்து போகிறது என்பதை எங்கெல்ஸ் குறிப்பிடுவார்.

திரு கோசாம்பி அவர்களும், தன் வரலாற்று நூலில் அதை அழுத்தமாய்ச் சொல்கிறார். இந்த நிலை வருகிறபோது உழைப்புக்கான மரியாதை குறைந்து போகிறது. உழைப்பவருக்கான மரியாதையும் சேர்ந்தே குறைந்து போகிறது. இது சங்க காலம் தொட்டு நிகழ்ந்திருக்கின்ற ஒரு நிகழ்வு.

அன்றைக்கு மன்னர்கள், இந்தக் களத்திலே வென்றவன், இந்தக் களத்திலே துஞ்சியவன் (இறந்தவன்) என்னும் அடிப்படையில், அடைமொழியால் தங்களுடைய பெயர்களைச் சூட்டிக்கொண்டார்கள். மேலும் வீரத்தையும், கொடையையும் தங்கள் அடைமொழியாகக் கொள்வதிலே பெருமை கொண்டார்கள். இந்நிலை மெல்ல மெல்ல மாறி, வேள்வி நடத்துவதிலே தங்களுக்குப்பெருமை என்று நினைக்கத் தொடங்கினார்கள், அதனால்தான் சில மன்னர்கள் தங்கள் பெயருக்கு முந்தைய அடைமொழியாக, ராசசூயம் வேட்ட பெருநற்கிள்ளி போன்ற பெயரை வைத்துக் கொண்டார்கள். வேட்ட என்றால் வேள்வி செய்த என்று பொருள். அந்த வேள்விகூட சாதாரண வேள்வி அன்று, ராஜவேள்வியை நடத்திய பெருநற்கிள்ளி என்று பொருள். இன்னொரு மன்னர், பல்யாக சாலை முதுகுடுமிப் பெருவழுதி என்று தன் பெயரைச் சூட்டிக் கொண்டார். கிள்ளி என்பது சோழ மன்னனைக் குறிக்கும், வழுதி என்பது பாண்டிய மன்னனைக் குறிக்கும். எனவே பாண்டியன் ஆனாலும்,சோழன் ஆனாலும் வேள்வி நடத்துவதையே பெருமை எனக் கருதியிருந்தனர் என்பது தெளிவாகிறது.

எனவே பார்ப்பனர் என்னும் அந்தச் சொல், அரசனையே தனக்குள் அடக்கி வைத்திருந்திருக்கிற ஒரு சாதியைக் குறிக்கிற சொல்லாக இருந்திருக்கிறதே தவிர, அது வசைச் சொல்லாக இல்லை. சங்க இலக்கியத்திலேயே பயின்று வந்திருக்கிற சொல்லாக இருக்கிறது. அவர்களின் வருகைக்குப் பிறகுதான் வேள்வி நடத்துவதும், தீயை வணங்குவதுமான பண்பாடு இங்கே நிலைபெற்றிருக்கிறது. அதன் விளைவாக என்ன ஆகியிருக்கிறது என்றால், எங்கெல்ஸ் சொல்லுவதைப்போல, உழைக்கும்

கரங்களும், உற்பத்திப் பொருள்களும் பின்னுக்குத் தள்ளப்பட்டு, மந்திரங்களும், மறைபொருள்களும் தமிழக வரலாற்றிலே முன்னுக்கு வந்திருக்கின்றன என்பதை நாம் உணர முடிகிறது.

உண்மைகள் இவ்வாறு இருக்க, பார்ப்பனர் என்னும் சொல், ஒரு வசைச் சொல்லாகப் பிறராலும், ஏன், பார்ப்பனர்களாலும் கூட, இன்று கருதப்படுவது எதனால் என்ற ஐயம் நியாய மானதே. அதில் ஒரு சின்ன ரகசியம் இருக்கிறது. ஒரு சாதாரணச் சொல்கூட, ஓர் அறிவாளியினால் எந்தப் பொருளில் கையாளப்படுகிறதோ, அதனைச் சமூகம் தன்னை அறியாமலே அப்படியே ஏற்றுக் கொண்டுவிடுகிறது. அப்படி இந்தப் பார்ப்பனர் என்னும் சாதாரணச் சொல்லை ஒரு வசைச் சொல்லாகவே மாற்றிய ஆற்றல், பெரியார் என்னும் அறிவாளிக்கு இருந்திருக்கிறது.

பணத்தை வென்றது பாசம்

மகராஜன் நல்ல குணமுடையவர். யாரிடமும் கடிந்து பேசாதவர். சில வேளைகளில் 'நன்றாற்றலுள்ளும் தவறுண்டு 'தானே! அந்தத் தவறு அவர் வாழ்க்கையைப் பாதிக்கத் தொடங்கிற்று.

பணம்தான் இந்த உலகத்தை ஆள்கிறது என்றே நாம் எண்ணிக் கொண்டிருக்கிறோம். பல வேளைகளில் அது உண்மையாகவும் இருக்கிறது. எனினும் நட்பும், பாசமும் பணத்தைத் தோற்கடித்து விடுகிற நிகழ்வு களையும் நம்மில் பலர் சந்தித்திருப்போம். அப்படி ஒரு நிகழ்வை கடன் என்கிற பெயரில் அழகான சிறுகதையாக ஆக்கியிருக்கிறார் ஜனநேசன். வாஞ்சை என்னும் பெயரில் தொகுக்கப்பட்டுள்ள அவருடைய நூலில் ஒரு கதைதான், ' கடன் '.

கல்லூரியில் இறுதியாண்டு பயிலும் தங்கள் மகன், அவசரமாகக் கேட்டிருக்கும் 15 ஆயிரம் ரூபாயை எப்படி அனுப்புவது என்று அவர்கள் இருவரும் குழம்பிக் கொண்டிருந்தார்கள். இருக்கிற பொருளையும், நகையையும் விற்று மூன்றாண்டுகள் படிக்க வைத்தாயிற்று. இப்போது இறுதி ஆண்டில், ஏதோ புராஜெக்ட் டாம், சென்னைக்குப் போய்த் தங்கி இரண்டு மாதம் படிக்க வேண்டுமாம், உடனடியாகப் பணம் வேண்டும் என்று பிள்ளை கேட்டிருக்கிறான்.

குழப்பத்தைத் தீர்த்து வைப்பது போல செல்விதான் முதலில் அந்த வழியைக் கண்டுபிடித்துச் சொன்னாள். 'ஏனுங்க, அஞ்சு வருசத்துக்கு முன்னாடி மகராஜ அண்ணன் இங்க வந்து ரெண்டு பவுன் சங்கிலிய வாங்கிக்கிட்டுப் போனாங்களே, அவுங்களப் போயிப் பாத்துக் கேட்டா ஒரு பத்தாயிரமாவது தர மாட்டாங்களா?' என்றாள் செல்வி. 'நல்ல யோசனையாத்தான் படுது' என்று அதனை வழிமொழிந்தான் அவன்.

மகராஜன் திருநெல்வேலிக்காரர். இதற்கு முன்பு இவர்கள் வேலை செய்த ஊரில் அவர் சாந்தி ஜூவல்லரி என்னும் பெயரில் நகைக் கடை வைத்திருந்தார். வணிகம் மிகச் சிறப்பாக நடந்தது. எந்நேரமும் மக்கள் கூட்டத்தை அந்தக் கடையில் பார்க்க முடிந்தது. வருமானத்தை மேலும் உயர்த்திக் கொள்வதற்காக, மகராஜன் ஒரு திட்டத்தை வகுத்தார். வாராந்திர, மாதாந்திர நகைச் சீட்டுகளைத் தொடங்கினார். தொடக்கத்தில் அந்தத் திட்டத்திற்கும் நல்ல வரவேற்பு இருந்தது. பிறகு அதுவே ஆபத்திற்கும் வழிவகுத்துவிட்டது. சிலர் நகையைப் பெற்றுக் கொண்டு, அடுத்தடுத்த தவணைகளைக் கட்டாமல் ஏமாற்றத் தொடங்கினர். அந்த வழியை மற்ற சிலரும் பின்பற்றத் தொடங்கியபோது, மகராஜனுக்குத் துன்பம் தொடங்கியது.

மகராஜன் நல்ல குணமுடையவர். யாரிடமும் கடிந்து பேசாதவர். சில வேளைகளில் 'நன்றாற்றலுள்ளும் தவறுண்டு தானே!' அந்தத் தவறு அவர் வாழ்க்கையைப் பாதிக்கத் தொடங்கிற்று. அவரை எளிதாக ஏமாற்றி விடலாம் என்று எண்ணியவர்களின் தொகை கூடிக்கொண்டே போனபோது, கடையில் வரவு குறைந்துகொண்டே போனது. பொன்நகைகளால் ஒளிர்ந்த கடை, மெல்ல மெல்ல இருட்டுக் கடையாக மாறிக்கொண்டிருந்தது.

மகராஜ அண்ணன் கடை நொடித்துப் போகத் தொடங்கிய அந்த நாட்களிலேயே, செல்வியின் குடும்பம் வேறு ஊருக்கு வேலை மாற்றலாகிப் போய்விட்டது. அதற்குப் பிறகு மகராஜன் பற்றி அவர்கள் கேள்விப்பட்ட செய்திகள் நல்லவைகளாக இல்லை. ஒரு நாளில் பாதி நாள்தான் அவர் கடையைத் திறந்தார் என்றும், பிறகு அதுவும் இல்லாமல் ஒரேயடியாகக் கடையை

மூடிவிட்டுத் தன் சொந்த ஊரான திருநெல்வேலிக்கே போய்விட்டார் என்றும் கேள்விப்பட்டார்கள்.

ஒரு நாள் திடீரென்று இவர்கள் இருக்கும் ஊரையும், இடத்தையும் கண்டுபிடித்து வந்து, மகராஜன் வீட்டுக் கதவைத் தட்டினார். இரண்டு பேரும் வியப்பில் ஆழ்ந்துபோய் விட்டனர். எந்த ஊர், எந்த ஜாதி என்பது பற்றியெல்லாம் கவலை கொள்ளாமல், அண்ணன் தம்பியாய் உறவுகொண்டு பழகியவர்கள் அவர்கள். அதனால் அண்ணா வாங்கண்ணா என்று செல்வியும், எப்படியத்தான் எங்க வீட்டைக் கண்டுபிடிச்சி வந்தீங்க என்று அவரும் மகராஜனை வரவேற்றனர்.

மகராஜனின் கண்கள் கலங்கி இருந்தன. கடந்த சில ஆண்டுகளில் தான் பட்ட பொருளாதாரத் துன்பங்களை அவர் எடுத்துச் சொன்னார். இப்போதும் கூட அதுபற்றிய ஒரு உதவிக்காகத்தான் வந்திருப்பதாகக் கூறினார். 'ரொம்ப கஷ்டப்பட்டுட்டேன். நான் யாரையும் வாழ்க்கையில ஏமாத்துனதில்ல. ஆனா பலரும் என்ன ஏமாத்திட்டாங்க. இப்போ உடனடியா ஒரு அஞ்சாயிரம் ரூபா தேவப்படுது. உங்ககிட்ட இருக்குமா? நல்லா வந்த உடனே திருப்பிக் குடுத்திருவேன்' என்றார் மகராஜன்.

அவருடைய துயரத்தில் அவர்கள் இரண்டு பேரும் கரைந்து போனார்கள். ஆனாலும் ஐயாயிரம் ரூபாய்க்கு அவர்கள் எங்கே போவார்கள். என்ன செய்வது என்று புரியவில்லை. செல்வியின் கழுத்தில் கிடந்த இரண்டு பவுன் நகையை அடமானம் வைத்தால் எவ்வளவு தேறும் என்று எண்ணிப் பார்த்தார்கள். இறுதியில் அந்த நகையைக் கழற்றி அவரிடமே கொடுத்து விட்டார்கள். அடமானம் வைப்பது என்றாலும் சரி, விற்றுவிடுவது என்றாலும் சரி உங்கள் விருப்பம் என்று சொல்லி சங்கிலியைக் கொடுத்துவிட்டார்கள்.

ஐந்து ஆண்டுகள் ஓடிவிட்டன. இவர்கள் அதனை மறந்தே போய்விட்டார்கள். அவரிடமிருந்தும் எந்தத் தகவலும் இல்லை. இப்போது இவர்களுக்குப் பண நெருக்கடி வந்தபிறகுதான், அந்த நினைவு செல்விக்கு வந்திருக்கிறது. 'மகராஜ அண்ணன் நல்லவரு. என்னமோ கஷ்டத்தில நகையைத் திருப்பாம

இருக்காரு. இப்போ அவரு நல்லா இருந்தார்னா, நீங்களும் போயி நம்ம கஷ்டத்த சொன்னீங்கன்னா, கண்டிப்பா அவரால முடிஞ்ச பணத்தத் தருவாரு. அந்த நகைக்கு இப்ப என்ன மதிப்போ, அது கெடந்திட்டுப் போகட்டும். ஒரு பத்தாயிரம் வேணுமின்னு கேளுங்க. கெடச்சிதுன்னா நாம ஒரு அஞ்சாயிரத்துக்கு ஏதாவது வழி பண்ணிரலாம்' என்றாள் செல்வி.

அவனும் புறப்பட்டான். திருநெல்வேலியில் எங்கே வீடு என்று தெரியாது. ஜங்சனுக்குப் பக்கத்தில் என்று நினைவு. தேடிப்பார்த்துவிடலாம் என்கிற நம்பிக்கையோடு அவன் புறப்படடான். அவன் நம்பிக்கை பொய்த்துவிடவில்லை. ஓரிருவரிடம் கேட்டவுடனேயே அடையாளம் சொல்லி விட்டார்கள். அவர்கள் சொன்ன வழியில் போய்க், குறிப்பிட்ட தெருவில் திரும்பினான்.

'அதோ வாசல்ல கூட்டமா நின்னுட்டு இருக்காங்களே, அந்த வீடுதான்' என்று ஒருவர் வழிகாட்டினார். அவர் காட்டிய வீட்டின் முன்பு, ஏன் ஆட்கள் கூடி நிற்கிறார்கள் என்று சிந்தித்துக் கொண்டே வீட்டை நெருங்கிய போது, அழுகைச் சத்தம் அவன் காதுகளில் விழுந்தது. யாரோ இறந்து போய்விட்டார்கள், அது துக்கவீடு என்பது புரிந்தது.

வீட்டிற்குள் நுழைந்ததும், மகராஜன் மனைவி இவனைப் பார்த்துவிட்டு, ஓவென்று உரக்கக் குரலெழுப்பி அழுதாள். 'அத்தை இறந்துபோனது தெரிஞ்சி, எப்படியண்ணே வந்து சேந்தீங்க' என்று அழுதுகொண்டே அவள் சொன்ன போதுதான், மகராஜனின் அம்மா இறந்து போய்விட்டார் என்பதைத் தெரிந்து கொள்ள முடிந்தது. 'அத்தான், அம்மா எங்கள விட்டுட்டுப் போயிட்டாங்க' என்று சொல்லி மகராஜனும் கண்ணீர் வடித்தார்.

தான் வந்த நோக்கத்தைச் சற்றும் வெளிப்படுத்தாமல், இறுதிக் காரியங்கள் முடியும்வரை அவர்களில் ஒருவனாகவே இருந்துவிட்டுப் புறப்படும் வேளையில், லெட்சுமி அழுது கொண்டே சொன்னாள், 'சாப்பாட்டுக்கே இல்லாம கஷ்டப் படுறோம் அண்ணே, நாலுநாளா எல்லாரும் காத்தக் குடிச்சிதான் உயிர் வாழ்ந்திட்டு இருக்கோம். பட்டினியிலதான் அத்தை செத்துப்போனாங்கங்கறத நான் உங்ககிட்ட எப்படிச் சொல்லுவேன்'.

அவர்களை அதே நிலையில் விட்டுவிட்டுப் போக இவனுக்கு மனம் வரவில்லை. மகராஜனை அழைத்துக்கொண்டு வெளியில் போனான். பையில் அவனுடைய ஏ.டி.எம். கார்டு தட்டுப்பட்டது. வங்கி இருப்பைப் பார்த்தான். 1300 ரூபாய் இருந்தது. அதில் 1200 ரூபாயை எடுத்து, தன் பையில் இருந்த 100, 200 ரூபாயையும் சேர்த்து, மகராஜன் கையில் வைத்துத் திணித்துவிட்டு, அனைவரிடமும் விடைபெற்று ஊருக்குத் திரும்பினான்.

இப்போது அவன் மனம் நிறைந்திருந்தது. ஆனாலும் சட்டைப் பை முழுமையாகக் காலியாகி இருந்தது என்று கதை முடிகிறது.

பணம்தான் இந்த உலகத்தை ஆள்கிறது என்றே நாம் எண்ணிக் கொண்டிருக்கிறோம். பல வேளைகளில் அது உண்மையாகவும் இருக்கிறது. எனினும் நட்பும், பாசமும் பணத்தைத் தோற்கடித்து விடுகிற ஒரு நிகழ்வை இந்தக் கதை அப்படியே படம் பிடித்துக் காட்டுகிறது.

இழப்பதற்கோ தமிழிசை

அடியார்க்குநல்லார் உரையில், நூலினுடைய பெயர் மட்டுமே இருந்த நிலையிலிருந்து மாறி, தெய்வசிகாமணியார் என்கிற ஒரு பெருமகனாரின் முயற்சியினாலே அந்த பஞ்ச மரபு நூல் இப்போது கிடைக்கப்பெற்றுள்ளது.

தமிழர்கள் தங்களுடைய கலை இலக்கியச் சொத்துகளைக் காப்பாற்றிக் கொள்ளாதவர் களாகவே தொடர்ந்து இருந்தால், என்னென்ன ஆபத்துகள் நிகழும் என்பதற்குச் சில ஆண்டுகளுக்கு முன்பு வெளிவந்திருக்கிற டிக்ஸ்னரி ஆஃப் மியூசிக் என்னும் நூல் ஒரு சான்றாக இருக்கிறது. அமெரிக்காவிலே இருக்கிற ஒரு பல்கலைக்கழகம், இசை தொடர்பான இந்த அகராதியை வெளியிட்டிருக்கிறது. அதிலே என்ன சொல்லப் பட்டிருக்கிறது என்றால், தமிழ் இசை என்று ஒன்று தனித்துக் கிடையாது, தெலுங்கு இசைதான் தமிழ் இசை என்று சொல்லப்பட்டிருக்கிறது.

இதைக் கடுமையாக மறுத்து மறைந்த அறிஞர் வீ.பா.கா.சுந்தரம் அவர்கள் ஒரு பெரிய ஆய்வுக் கட்டுரையை எழுதி இருக்கிறார். 20ஆம் நூற்றாண்டில் நமக்குக் கிடைத்த ஒரு மிகப்பெரிய இசைப் பேரறிஞர் வீ.பா.கா.சுந்தரம் அவர்கள் தான். அவர் தன் இறுதிக் காலத்தில், திருச்சிப் பல்கலைக் கழகத்திலே பணியாற்றினார். அவருடைய இசை அறிவை இன்னமும் தமிழ் இனம் முழுமையாக வரவு வைத்துக் கொள்ள வில்லை என்றுதான் கூற வேண்டும்.

இன்றைக்கு இசை அறிஞர்கள் நிறையப் பேர் இருக்கிறார்கள். மதுரையிலே இருக்கிற இசை அறிஞர் மம்முது போன்றவர்கள் எல்லாம் பல செய்திகளை நமக்குத் திரும்பத் திரும்பக் கூறிக் கொண்டிருக்கிறார்கள். சிலப்பதிகாரத்திலே இருக்கிற, சங்க இலக்கியத்திலே இருக்கிற, அந்தத் தென்பாலை என்ற நம்முடைய பண்ணைப் பற்றி அவர்கள் பேசிக் கொண்டிருக்கிறார்கள். ஆனால் இன்னமும் தெலுங்கு இசைதான் தமிழ் இசை என்பது போன்ற கருத்து நிலவிக் கொண்டு இருக்கிறது. அந்தக் கருத்து மிகக் கவனமாகவும், கள்ளமாகவும் எடுத்துச் செல்லப்பட்டு அந்த அகராதியிலே பதிவாகி இருக்கிற கொடுமையை நாம் என்ன சொல்வது.

14ஆம் நூற்றாண்டில், விஜயநகரப் பேரரசு ஆட்சி தொடங்கிய அந்த நாளிலிருந்து, தெலுங்குக்கான ஆதிக்கம் தமிழகத்திலே கூடியதன் விளைவாகவும், அந்த இசை ஒரு மிகப்பெரிய ஆளுமையைப் பெற்ற காரணத்தினாலும், தமிழ் இசை என்பது நம்மாலேயே அறியப்படாத ஒன்றாக ஆகி விட்டது.

தமிழர்கள் இப்போதும் மிகுந்த இசை அறிவு உடையவர்களாக இல்லை என்பது ஒரு பெரிய வேதனைதான். அந்த இசையைக் கற்றுக் கொள்கிற பெரிய பொறுமை, அதனுடைய ஆழம் அறிந்த வல்லுனர்கள் இங்கு பெரிய எண்ணிக்கையில் இல்லை. ஆனால் அதுபற்றிய ஆய்வாளர்கள் சொல்கிற தகவல்களெல்லாம், நாம் இசையில் எவ்வளவு ஆழங்கால் பதித்திருந்தோம் என்பதை உணர்த்துகின்றன.

இசை அறிஞர் சுந்தரம் தன் கட்டுரையில், தமிழ் இசை என்பதை 4 காலங்களாகப் பிரித்துக் கொள்ளலாம் என்று கூறுகிறார். ஒன்று கி.மு.350லிருந்து கி.பி.100 வரையிலான காலம். அதாவது தொல்காப்பியக் காலம் அது. அதற்குப் பின்னால் இருக்கிற சங்க இலக்கியங்களில், சில குறிப்பிட்ட இலக்கியங்களின் வரையிலான காலமும் அது.

அடுத்ததாகக் கி.பி. இரண்டு என்று அவர் சொல்வதற்குக் காரணம், சிலம்பு முழுவதும் இசை வெள்ளம் பாய்ந்து வருகிறது. சிலப்பதிகாரத்தினுடைய செம்பாகம், இசைப் பாடல்களாகவும், இசை பற்றியனவாகவும் இருக்கின்றன. அதற்குப் பிறகு கி.பி. 6லிருந்து 9 வரைக்கும் இருக்கிற தேவார திவ்ய பிரபந்தக் காலம் இதற்குப் பிறகு கி.பி. 14லிருந்து தொடங்கிக் கீர்த்தனையினுடைய காலம் வருகிறது.

தமிழிசை மூவர் என்று அறியப்பட வேண்டிய முத்துத் தாண்டவர், மாரிமுத்தாப்பிள்ளை, அருணாசலக் கவிராயர் ஆகியோர்

அறியப்படாமலும், தியாகய்யர், சியாமா சாஸ்திரி, முத்துசாமி தீட்சிதர் ஆகியோர் தமிழ் இசை மூவர் என அறியப்பட்டும் உள்ளனர்.

தொல்காப்பியத்திலே இசை பற்றிய குறிப்புகள் எங்கே எல்லாம் இருக்கின்றன என்பதைச் சுந்தரம் எடுத்துக்காட்டுகிறார். சிலம்பிலே அள்ள முடியாத அளவுக்கு இசைக் குறிப்புகள் இருக்கின்றன. சிலப்பதிகாரத்திற்கு உரை எழுதியிருக்கிற அடியார்க்குநல்லார், மறைந்து போன பல இசை நூல்களையும்கூடக் குறிப்பிட்டிருக்கிறார். அந்த நூல்களிலேயும் இருந்து இன்றைக்குப் பல நூல்கள் கிடைத்திருக்கின்றன. குறிப்பாக ஒரு நூலைச் சொல்ல வேண்டுமானால் பஞ்ச மரபு நூல் அழிந்து போய் விட்டது என்று நாம் கருதிக் கொண்டிருந்தோம். அந்த நூல் இப்போது கிடைத்திருக்கிறது.

அடியார்க்குநல்லார் உரையில், அந்த நூலினுடைய பெயர் மட்டுமே இருந்த நிலையிலிருந்து மாறி, தெய்வசிகாமணியார் என்கிற ஒரு பெருமகனாரின் முயற்சியினாலே அந்த பஞ்ச மரபு நூல் கிடைக்கப்பெற்றுள்ளது. 1991ஆவது ஆண்டு சுந்தரம் அவர்கள் அதற்கு உரையும் எழுதியிருக்கிறார். இப்படி மறைந்து போனதாய் நாம் கருதிய நூல்கள்கூட இன்னமும் தேடிப் பார்த்தால் சுவடிகளில் எங்கோ இருக்கலாம். சங்க இலக்கியம் தொட்டு நம்முடைய இசை அறிவு, நாம் பகுத்து வைத்திருந்த அந்தப் பண்களினுடைய தன்மை என்பனவெல்லாம் இன்றைக்கு எல்லோருக்கும் எடுத்துச் சொல்லப் படாமல் கொஞ்சம் கொஞ்சமாக மறைந்து கொண்டிருக்கின்றன.

நாம் பொதுவாக, பெரும்பாணாற்றுப்படை, சிறுபாணாற்றுப் படை என்று சொல்கிறபோது, பெரிய யாழை வைத்திருக்கிறவர்கள் பெரும்பாணர்கள் என்றும், சிறிய யாழை வைத்திருப்பவர்கள் சிறும்பாணர்கள் என்றும் சொல்கிறோம். அது பிழை என்று இந்தக் கட்டுரையினுடைய ஆசிரியர் கூறுகிறார். அப்படியன்று... இசையிலே பெரும் புலமை பெற்றவர்களைத்தான் பெரும்பாணர்கள் என்று அன்றைக்கு அழைத்திருக்கிறார்கள். பெரிய யாழை வைத்திருந்தனர் என்று கூறுவது அவர்களைக் கொச்சைப்படுத்துவதாக அமையும். எனவே இசையில் பெரும் வல்லுநர்கள் என்பதைத்தான் பெரும் பாணர்கள் என்று குறிப்பிடுகிறார்கள். அந்தப் பெரும்பாணர்கள் ஒவ்வொரு பண்ணைப் பாடுகிறபோதும், அதில் இருந்து வருகிற வெவ்வேறுவிதமான, புதுமையான இசையைச் செவிமடுக்கும் போதும் அந்தத் திறனை உலகமே கண்டு வியந்துள்ளது என்று கூறுகிறார்.

இதை அகநானூற்றிலே ஒரு தலைவி தன் தோழியிடத்திலே சொல்வதுபோல அமைக்கப்பட்டிருக்கிற ஒரு பாட்டின் வரிகளோடு ஒப்பிட்டுப் பார்க்கிறபோது நாம் உணர்கிறோம். அவள் சொல்கிறாள் என் காதலன் எப்படிப்பட்டவன் தெரியுமா? பெரும்பாணர்கள் இருக்கிறார்களே, அவர்கள் பாடும் எண்ணுமுறை நிறுத்தப் பண்ணினுள்ளும் இனியது என்று அவள் சொல்கிறாள். அது ஒரு காதல் பாடல்தான். தன் காதலன் எப்படி ஒவ்வொரு நாளும் புதிய செயல்களைச் செய்கிறவன் என்பதைச் சொல்ல வருகிற அந்தப் பெண், அதற்கு எடுத்துக்காட்டாக, அந்த எண்ணுமுறை நிறுத்தப் பண்ணினுள்ளும் என்று சொல்கிறாள். மேலும் வதுவை நாளினும் புதியன் என்கிறாள். வதுவை என்றால் திருமணம். திருமணத்திற்குப் பிறகு வரும் நாட்களில் இன்பம் தேய்தல் என்பதே இயல்பு. ஆனால் இவனோ இசை வல்லுனர்கள் பாடும் பண்ணைப் போல தினமும் புதியவன் என்கிறாள்.

வாழ்க்கை என்பது வாழ வாழக் கொஞ்சம் கொஞ்சமாக சலிப்புற்றுப்போய் விடும் என்று கருதுகிற நேரத்திலே, அப்படி இல்லை, இவனோடு வாழ்கிற அந்த வாழ்க்கை இருக்கிறதே ஒவ்வொரு நாளும் புதிதாய் இருக்கிறது. மேலும் மேலும் இனிதாய் இருக்கிறது. இன்று புதிதாய்ப் பிறந்தோம் என்று எண்ணுவதைப் போல இவன் வதுவை நாளினும் புதியவன் என்கிறாள். இப்படிப்பட்ட செய்திகள் சங்க இலக்கியத்திலே இருக்கின்றன.

சிலப்பதிகாரம் முழுவதும் இசை பற்றிய செய்திகள் பெருக்கெடுத்து ஓடுகின்றன. தேவார திவ்யப் பிரபந்த காலத்திலேயும், கீர்த்தனை

காலத்திலேயும் இசைக் குறிப்புகள் எவ்வளவோ இருக்கின்றன என்பதை அவர் விரித்துக் காட்டுகிறார். அன்றைக்கு இருந்த அந்த பண் வகைகளை முல்லைப்பண், குறிஞ்சிப்பண், மருதப்பண், நெய்தல் பண் என்று கூறுவார்கள். அதிலே முல்லைப்பண் என்பதுதான் அடிப்படையானது. அதுதான் பின்னாளில் சிலம்பின் காலத்தில் செம்பாலை என்று வழங்கப்பட்டது. அந்த செம்பாலைதான் இன்றைக்கு ஹரிஹர காம்போதி என்று சொல்லப்படுகிறது.

சாமகாமப் பண் என்பதுதான் இன்றைக்குத் தோடி என்று வழங்கப்பட்டுக் கொண்டுருக்கிறது. அதனுடைய பழைய பெயர் சாமகாமப் பண். அதைப்போல கரகரப்பிரியா என்பதெல்லாம் பழைய தமிழ்ப் பண்ணினுடைய புதிய வடமொழிப் பெயர்கள். அவையெல்லாம் தமிழரின் பண், தமிழரின் இசை. தமிழரின் இசையை, பண்ணை உலகுக்குச் சொல்லாத காரணத்தால், இந்த அகராதி, தெலுங்கு இசைதான் தமிழ் இசை என்று சொல்கிறது. தமிழர்கள் தமிழ் இலக்கியத்தை, தமிழ் இசையைக் காத்துக் கொள்ள வேண்டும். அவற்றின் பெருமையை உலகுக்கும் உரத்துச் சொல்ல வேண்டும்.

லிபியா

அரசரின் மைத்துனரே ஆட்சிப் பொறுப்பைக் கவனித்துக் கொண்டிருந்தார். சில நாட்கள் கூட அவரால் இராணுவப் புரட்சிக்கு எதிராகத் தாக்குப் பிடிக்க முடியவில்லை. குடும்பத்துடன் வெளி நாட்டிற்குத் தப்பி விட்டார். மிகுந்த சிரமம் ஏதுமின்றி அந்நாட்டின் அதிபராகப் பொறுப்பேற்ற கடாபி, கடந்த 42 ஆண்டுகளாக அப்பொறுப்பை வகித்து வருகிறார்.

2011ஆவது ஆண்டை ஆப்பிரிக்கக் கண்டத்தின் மக்கள் புரட்சி ஆண்டு என்று வரலாறு இனிக் குறித்துக்கொள்ளும். சூடான், எகிப்து, துனிசியா, லிபியா என்று வரிசையாக ஒவ்வொரு நாட்டிலும் மக்கள் புரட்சி வெடித்துக் கொண்டிருப்பதை நாம் பார்க் கிறோம்.

எகிப்துக்கு மேற்கிலும், சூடானுக்குக் கிழக் கிலும் அமைந்திருக்கிற லிபியா, ஆப்பிரிக்கக் கண்டத்தின் நான்காவது பெரிய நாடாகும். 18 இலட்சம் சதுர கிலோ மீட்டர் பரப்பளவையும், 65 இலட்சம் மக்கள் தொகை யையும் கொண்ட நாடு அது.

ஏறத்தாழ 350 ஆண்டுகள் ஒட்டமான் பேரரசின் காலனி நாடாக இருந்த லிபியா, 1911ஆம் ஆண்டு இத்தாலிக்கு அடிமைப்பட்டது. அடுத்த 40 ஆண்டுகள், இத்தாலியின் காலனி

நாடாக இருந்து, 1951இல் விடுதலை பெற்றது. உலகத்தின் பல நாடுகளைத் தங்களின் காலனி நாடுகளாக வைத்திருந்த இங்கிலாந்தும், பிரான்சும் கூட இரண்டாவது உலகப்போரின் பின் அவற்றுள் பலவற்றை விடுவிக்க வேண்டியதாயிற்று. அப்போரில் பெரும் இழப்புகளைக் கண்ட இத்தாலியால் தாக்குப்பிடிக்க முடியுமா என்ன? லிபியாவைக் கைவிட வேண்டியதாயிற்று. 1952ஆம் ஆண்டுக்குள் லிபியாவை விடுவிக்க வேண்டுமென்று ஐக்கிய நாடுகள் அவையிலும் தீர்மானம் நிறைவேற்றப் பட்டது. இறுதியில் 1951 டிசம்பரில் அது சுதந்திர நாடாக அறிவிக்கப் பட்டது.

மன்னர் இட்ரீஸ் நாட்டின் அதிபரானார். அந்நாட்டின் முதல் அதிபரும், கடைசி அதிபரும் அவர்தான். அவருடைய வாரிசுகள் எவரும் அடுத்ததாகப் பதவி ஏற்கவில்லை. அதற்குள்ளாகவே இராணுவப் புரட்சி ஏற்பட்டுவிட்டது. 1969 செப்டம்பர் முதல் நாள், 27 வயதே நிரம்பிய இளைஞரான, இராணுவ அதிகாரி கடாபி தலைமையில் அங்கு போராட்டம் தொடங்கிற்று. அப்போது மன்னர் இட்ரீஸ் மருத்துவ சிகிச்சைக்காக வெளிநாடு சென்றிருந்தார். அவருடைய மைத்துனரே ஆட்சிப் பொறுப்பைக் கவனித்துக் கொண்டிருந்தார். சில நாட்கள் கூட அவரால் தாக்குப் பிடிக்க முடியவில்லை. குடும்பத்துடன் வெளிநாட்டிற்குத் தப்பி விட்டார். மிகுந்த சிரமம் ஏதுமின்றி அந்நாட்டின் அதிபராகப் பொறுப்பேற்ற கடாபி, கடந்த 42 ஆண்டுகளாக அப்பொறுப்பை வகித்து வருகிறார்.

திடீரென்று அவருக்கு எதிரான மக்கள புரட்சி இப்போது வெடித்திருக்கிறது. வாக்கெடுப்பின் மூலம் தெற்கு சூடான், தனி நாடாக அறிவிக்கப்பட்டுள்ளது. எகிப்திலும், துனிசியாவிலும் மக்கள் புரட்சி ஆட்சி மாற்றத்தைக் கொண்டுவந்திருக்கிறது. கடாபியைப் போலவே, ஆண்டுகள் பலவாக ஆட்சிப்

பொறுப்பில் இருந்த ஒஸ்னி முபாரக் மக்களால் விரட்டியடிக்கப்பட்டிருக்கிறார். அந்த வரிசையில் இப்போது கடாபியும் சேர்ந்திருக்கிறார்.

2011 பிப்ரவரி 27ஆம் தேதி, லிபியாவில், தேசிய மறுமாற்றக் குழு (National Transitional Council) அமைக்கப்பட்டு, அக்குழுவே மக்கள் புரட்சிக் குழுவாக ஏற்கப்பட்டிருக்கிறது. தலைநகரான திரிபோலியைக் கைப்பற்றுவதற்கு முன்பே, வேறுபல ஊர்களைக் கைப்பற்றிக் கொண்ட அக்குழு, தொலைக்காட்சிகளில், நாடு தங்கள் வசம் வந்துகொண்டு இருப்பதாகவும், கடாபி வெனிசுலாவிற்குத் தப்பி ஓடிவிட்டதாகவும் அறிவித்தது. அதை மறுத்து, திரிபோலியில் இருந்து ஊடகங்கள் வழியாக மக்களைத் தொடர்பு கொண்ட கடாபி, கடுமையான சொற்களைப் பயன்படுத்தி இருக்கிறார். சில தெரு நாய்களுக்குச் சொந்தமான ஊடகங்கள் பரப்பும் செய்திகளை நம்பவேண்டாம் என்று அவர் கேட்டுக்கொண்டிருக்கிறார். இறுதியில் மக்கள் புரட்சிதான் வெல்லும் என்பதை வரலாறு அடிக்கடி மெய்ப்பித்துக் கொண்டிருக்கிறது.

தன் சொந்த தேசத்து மக்களின் மீதே, விமானத் தாக்குதல்களை நடத்திய கடாபி அரசை, ஐக்கிய நாடுகள் அவையும், அமெரிக்கா,இங்கிலாந்து உள்ளிட்ட மேற்குலக நாடுகளும் வன்மையாகக் கண்டித்திருக்கின்றன. வெறும் கண்டிப்போடு நிறுத்தி விடாமல், தங்களின் போர்க்கப் பல்களையும், விமானங்களையும் அனுப்பி லிபியா அரசின் மீது போர்தொடுக்கவும் முன்வந்துள்ளன.

உலக அரசியல் அரங்கில் இது ஒரு புதிய மாற்றம் என்று கூறவேண்டும். பொதுவாக இத்தகைய புரட்சிகளை எல்லாம் உள்நாட்டுச் சிக்கல் என்றுதான் அயல்நாடுகள் சொல்லும். ஆனால் லிபியப் புரட்சியின் போது, அப்படிச் சொல்லிவிட்டு மௌனம் சாதிக்காமல், உலக நாடுகள் நேரடி நடவடிக்கையில் இறங்கி இருப்பது பாராட்டுக்குரியதுதான். ஒருவேளை, எண்ணெய் வளத்தில் சிறந்த 10 நாடுகளில் ஒன்றாக லிபியா இருப்பதால், வல்லரசுகள் அக்கறை செலுத்துகின்றனவோ என்னும் ஐயமும் நமக்கு எழுகிறது. மற்ற நேரங்களில் எல்லாம் அவர்கள் மௌனம் சாதித்ததே இந்த ஐயத்திற்கான அடிப்படை.

ஈழத்தில் நம் உறவுகள் கொத்துக் கொத்தாகக் கொல்லப்பட்டபோது, இந்தியா உள்ளிட்ட உலக நாடுகள் அனைத்தும் அதனை உள்ளூர்ப் பிரச்சனை என்று சொல்லி ஒதுக்கிவிட்டன. பெண்களும், குழந்தைகளும் கொல்லப்பட்ட நேரத்தில் கூட, அதனை மனிதநேயப் பிரச்சனையாகப் பார்க்க யாருக்கும் மனம் வரவில்லை. ஐக்கிய நாடுகள் அவையும் அப்படி ஒரு மௌனத்தை அன்று சாதித்தது. ஆனால் இன்று எல்லா நாடுகளும் கொதித்து எழுகின்றன. இங்குதான், இந்தப் பூமிப் பந்தில் ஏன் நாம் தமிழனாய்ப் பிறந்தோம் என்கிற ஏக்கமும், வேதனையும் நம் நெஞ்சங்களில் எழுகிறது.

அநீதியை எதிர்த்து உலகநாடுகள் ஒன்றுசேர்வதில் நமக்கு மகிழ்ச்சிதான். ஆனால் இந்தப் பொறுப்புணர்வும், மனிதநேயமும் இரண்டாண்டுகளுக்கு முன்பும் இருந்திருந்தால், எம் ஈழஉறவுகள் காப்பாற்றப்பட்டிருப்பார்களே என்று எண்ணி நம்மால் கவலைப்படாமல் இருக்க முடியவில்லை.

கேம்பிரிட்ஜ் பல்கலைக் கழகம்

ஒவ்வொரு கல்லூரியும், ஒவ்வொரு துறையில் சிறந்து விளங்குகின்றது. எந்தக் கல்லூரியில் வேண்டுமானாலும் மாணவர்கள் சேர்ந்து கொள்ளலாம். விடுதிக் கட்டணம் மட்டும்தான் வேறுபடுமே அல்லாமல், பிற வகைகளில் எல்லாம், அவை சம மதிப்புடைய னவாகவே உள்ளன.

நம்முடைய பயண நூல்களில் பெரும் பான்மை யானவை, இந்த ஊரில் இந்த உணவு சுவையாக இருந்தது, அந்த ஊரில் அந்தப் பெண்கள் அழகாக இருந்தார்கள் என்பன போன்ற பொதுவான செய்திகளை உள்ளடக்கிய வையாகவே உள்ளன. அதில் ஒன்றும் பிழை யில்லை. அவையும் பயண இலக்கியத்தின் ஒரு பகுதிதான். எனினும், கல்வி சிறந்த பெரு மக்கள், அயல்நாட்டுப் பயணங்களை மேற் கொள்ளும்போது அறிவார்ந்த பல நல்ல செய்திகள் நமக்குக் கிடைக்கும் என்பதற்கு, எழுத்தாளர் அருணன் எழுதியுள்ள 'லண்டன் டைரி' ஒரு சான்றாக உள்ளது.

2010 அக்டோபர், நவம்பர் மாதங்களில் அவர் மேற்கொண்ட இங்கிலாந்துப் பயணத்தின் நாட்குறிப்பே, லண்டன் டைரியாக நமக்குக் கிடைத்துள்ளது. ஆக்ஸ்போர்டு பல்கலைக் கழகம், கேம்பிரிட்ஜ் பல்கலைக்கழகம், பிரித்தானிய நூலகம் முதலியன குறித்த, தெரிந்து கொள்ள வேண்டிய செய்திகள் அந்நூலில் உள்ளன.

லண்டன் மாநகரின் மையப்பகுதியிலிருந்து, ஆக்ஸ்போர்டும், கேம்பிரிட்ஜூம் எதிரெதிர்த் திசையில் உள்ளன. ஆக்ஸ்போர்டு பல்கலைக்கழகத்தை நேரில் சென்று பார்க்கும் வாய்ப்பு எனக்குக் கிடைத்தது. நண்பர்கள் ரஞ்சித், பாத்திமாகரன், ஜோ.அருண் ஆகியோர் எனக்கு அப்பல்கலைக்கழத்தைக் காட்டிச் சிறப்புகளை எல்லாம் எடுத்துக் கூறினர். கேம்பிரிட்ஜ் பல்கலைக்கழகத்தைப் பார்க்க முடியவில்லையே என்ற ஏக்கம் இருந்தது. அதனை இந்நூல் போக்கிவிட்டது என்றே சொல்லலாம்.

ஒரு நதிக்கரையோரத்தில் அமைந்துள்ள பல்கலைக்கழகம் என்று அதனைக் கூறுவர். அந்த நதியின் பெயர் 'கேம்' என்பதையும், அதன் மீது கட்டப்பட்ட பாலத்திற்கு (பிரிட்ஜ்) அருகில் அமைந்துள்ள காரணத்தினாலேயே, அது 'கேம்பிரிட்ஜ்' பல்கலைக்கழகம் என அழைக்கப்படுவதையும், அருணனின் நூல் விளக்குகிறது. மேலும் அவர் தந்துள்ள பல செய்திகள், நாம் அனைவரும் அறிந்து கொள்ள வேண்டியவையாக உள்ளன.

ஆக்ஸ்போர்டு பல்கலையிலிருந்து பிரிந்துவந்த பேராசிரியர்கள் சிலரால் 1271இல் தொடங்கப்பட்ட புதிய கல்வி நிறுவனம்தான் கேம்பிரிட்ஜ் பல்கலைக்கழகம். 29 கல்லூரிகளைத்

தன்னுள் இப்போது கொண்டிருக்கும், பெரிய பல்கலைக் கழகமாக அது திகழ்கின்றது. ஒவ்வொரு கல்லூரியும், ஒவ்வொரு துறையில் சிறந்து விளங்குகின்றது. எந்தக் கல்லூரியில் வேண்டுமானாலும் மாணவர்கள் சேர்ந்து கொள்ளலாம். விடுதிக் கட்டணம் மட்டும்தான் வேறுபடுமே அல்லாமல், பிற வகைகளில் எல்லாம், அவை சம மதிப்புடை யனவாகவே உள்ளன.

தொடங்கப்பட்டுச் சில நூற்றாண்டுகள் வரை, அங்கு மதம் சார்ந்த கல்வி மட்டுமே வழங்கப்பட்டது. கல்வி என்றால் மதம், மதம் என்றால் கல்வி என இருந்த காலம் அது. இன்றும் கூட நம் நாட்டில், கல்வியையும், மதத்தையும் பிரிக்க முடியாமல் நாம் திணறிக் கொண்டுதானே உள்ளோம்.

பழமைப் பிடிப்பில் இருந்து நாம் எளிதில் விடுபட்டுவிட மாட்டோம். மேலை நாடுகளிலும், அதுபோன்ற பழைமை வாதங்கள் இன்றும் இருக்கின்றன என்றாலும், அவர்கள் சற்று எளிதாகத் தங்களை விடுவித்துக் கொள்கின்றனர். அதனால், அப்பல்கலைக்கழகத்தில், இயற்கை விஞ்ஞானம், வரலாறு போன்ற பாடங்களும் கற்பிக்கப்படத் தொடங்கின.

19ஆம் நூற்றாண்டின் பிற்பகுதி வரையில், பெண் கல்விக்கு அங்கு இடமில்லாமல்தான் இருந்திருக்கிறது. 1870ஆம் ஆண்டுக்குப் பிறகே, பல்கலைக்கழகத்திற்குள் மாணவியர் அனுமதிக்கப்பட்டுள்ளனர். அப்போதும்கூட, அவர்கள் படிக்கலாம், தேர்வு எழுதலாமே தவிர, பட்டம் பெற முடியாது. இந்த வினோதமான செய்தி நம்மை மலைக்க வைக்கிறது. 1947க்குப் பிறகுதான், பெண்களுக்கும் அங்கு பட்டங்கள் வழங்கப்பட்டுள்ளன.

என்னதான் முற்போக்குச் சிந்தனைகளைக் கொண்ட, விஞ்ஞான வெளிச்சத்தை ஏற்றுக்கொண்ட நாடாக இருந்தாலும், அது பெண்ணடிமைத்தனத்தோடு பிணைக்கப்பட்டுத்தான் இருந்துள்ளது என்பதற்கு இது ஓர் எடுத்துக்காட்டு. அறிவியலிலும், நாகரிகத்திலும் விரைந்து முன்னேறிய அமெரிக்காவின் நியுயார்க் நகரம் கூட, 1920ஆம் ஆண்டுதானே, பெண்களுக்கான வாக்குரிமையை வழங்கியது!

கேம்பிரிட்ஜ் பல்கலைக்கழகத்தின் பழைய மாணவர்கள் பட்டியல், பெருமைக்குரியதாக இருக்கிறது. உலகப்புகழ் பெற்ற கவிஞர்களான பைரன், டென்னிசன், புகழ்பெற்ற விஞ்ஞானி ஐசக் நியுட்டன், நாவலாசிரியர் இ.எம்.ஃபாஸ்டர், தத்துவ ஞானி பெட்ரண்ட் ரஸ்ஸல் அனைவரும் அங்குதான் படித்துள்ளனர். பிரித்தானிய இளவரசர்கள் சார்லஸ், ஆறாம் ஜார்ஜ், ஏழாம் எட்வர்டு ஆகியோரும் அப்பல்கலைக்கழக மாணவர்கள்தாம். இந்தியாவின் முன்னாள் தலைமை அமைச்சர் ஜவஹர்லால் நேருவும், கேம்பிரிட்ஜின் மாணவர்தான் என்பது குறிப்பிடத்தக்கது.

அப்பல்கலைக்கழகம், எத்தனை அறிவாளிகளை உருவாக்கியுள்ளது என்பதற்கு இன்னொரு சான்று... அங்கு பயின்ற மாணவர்கள் ஏறத்தாழ 90 பேர், இன்றுவரை நோபல் பரிசு பெற்றவர்களாவார்கள். இதனை ஓர் அறிவுலகச் சாதனை என்றே சொல்லலாம்.

17ஆம் நூற்றாண்டின் மத்தியில், இங்கிலாந்து மன்னருக்கும், நாடாளுமன்றத்திற்கும் இடையில் ஒரு பெரும் மோதல் உருவானது. அரசியலும், மதமும் பிரித்தெடுக்கப்பட வேண்டும் என்ற கோட்பாடு இங்கிலாந்தில் எழுந்ததைப் போலவே, மன்னராட்சியா, ஜனநாயக நாடாளுமன்றமா, எது பெரியது என்ற மோதலும் அங்கு எழுந்தது. அதில் நாடாளுமன்றவாதிகளுக்குத் தலைமையேற்றவர், ஆலிவர் கிராம்வெல் என்பதை நாம் அறிவோம். அவரும் கேம்பிரிட்ஜ் பல்கலைக்கழகத்தின் பழைய மாணவர்தான் என்பது அருணன் தரும் செய்தி.

இப்படி எழுத்தாளர்கள், கவிஞர்கள், அறிவியல் மேதைகள், அரசியல் தலைவர்கள் எனப் பல்வேறு திறத்தினரையும் உருவாக்கிய அக்கல்விக்கூடம், இன்றும் தன் பணியை ஓயாது ஆற்றி வருகிறது.

அப்பல்கலைக்கழகத்தின் எல்லாச் சிறப்புகளுக்கும் அடித்தளமாக இருக்கக்கூடிய இரண்டு செய்திகளை நாம் பார்க்க வேண்டும். ஒன்று, ஆசிரியர் - மாணவர் விகிதம். இன்னொன்று, அங்குள்ள பெரிய பெரிய நூலகங்களும், கணக்கிலடங்கா நூல்களும்.

ஏறத்தாழ 3500 மாணவர்கள் மட்டுமே பயிலும் அப்பல்கலைக்கழகத்தில், 2000 ஆசிரியர்கள் உள்ளனர் என்பது, நம் நாட்டுச் சூழலில் எண்ணிப் பார்க்க முடியாத ஒன்று. 1:2 என்ற விகித்தினும் குறைவாக, ஆசிரியர், மாணவர் விகிதம் அமைந்திருப்பது அதன் கல்விச் செழுமையைக் காட்டுகின்றது. இவ்வளவு கூடுதல் எண்ணிக்கையில் ஆசிரியர்கள் நியமிக்கப் பட்டிருப்பதன் மூலம், கல்விக்காகச் செலவிடப்படும் தொகை குறித்து அப்பல்கலைக்கழகம் கவலை கொள்ளவில்லை என்பதை நாம் உணர்கிறோம்.

அவ்வாறே நூலகங்களின் எண்ணிக்கையும் பெரிய அளவில் உள்ளது. 29 கல்லூரிகளை மட்டுமே கொண்ட அப்பல்கலைக் கழகத்தில் 100 நூலகங்கள் உள்ளனவாம். அவை தவிர, பல்கலைக் கழகத்திற்கென்று ஒரு மிகப்பெரிய நூலகம் தனியாக உள்ளதாம். அந்த நூலகங்களில் உள்ள நூல்களின் எண்ணிக்கை ஒரு கோடியைத் தாண்டிவிட்டது என்னும் செய்தி, அப்பல்கலைக் கழகத்தின் மீதான நம் மதிப்பை மேலும் கூட்டுகிறது.

அதனால்தான், கேம்பிரிட்ஜ் பல்கலைக்கழகத்தைப் 'புத்த கங்களின் பூமி' என்கிறார் அருணன்.

'லண்டன் டைரி' வெறும் பயண நூலாக மட்டுமின்றி, மிகுந்த பயனுள்ள நூலாகவும் இருக்கிறது.

கற்பவை கற்க!

நமக்குத் தேவையானவைகள் மட்டும் இவ்வுலகில் தனித்துக் கிடைப்பதில்லை. நமக்கு வேண்டியனவும், வேண்டாதனவும் எங்கும் கலந்தே கிடக்கின்றன. கொள்ளுவன கொண்டு, தள்ளுவன தள்ளும் திறன் நம் ஒவ்வொருவருக்கும் தேவை ; ஒவ்வொரு துறையிலும் தேவை.

எந்த வகையான நூல்களைக் கற்க வேண்டும் என்ற வினாவிற்கு, இரண்டு விதமான விடைகள் உள்ளன. 'கண்டதைப் படித்தால் பண்டிதன் ஆகலாம்' என்பது ஒரு சாரார் கூற்று. 'அமைவுடைய கற்க' வேண்டும் என்பது இன்னொரு பிரிவினரின் வாதம்.

'கண்டதைப் படி' என்பதற்குப் பல்துறை சார்ந்த பல்வகையான நூல்களையும் படிக்கலாம் என்பதே பொருள். ஒரு துறையில் ஆழக் கற்றும், பிற துறைகள் குறித்து ஏதும் அறியாமல் இருப்பது, உலக நடைமுறைக்கு உதவாது என்ற கருத்திலேயே, கண்டதையும் படியுங்கள் என்று நம் முன்னோர் கூறியிருக்கக் கூடும்.

நாலடியாரில் 'கல்வி கரையில, கற்பவர் நாள் சில' என்னும் முதலடி கொண்டு ஒரு பாடல் அமைந்துள்ளது. இந்த வரியை ஒரு பழமொழி போல எண்ணிப் பயன்படுத்துவோர் உண்டு.

கல்வியின் ஆழ்ந்தகன்ற பரப்பையும், கல்வியின் சிறப்பையும் உணர்த்துவதே இவ்வரியின் நோக்கம் என்றே பலரும் எண்ணுவர். ஆனால் நாலடியாரில் அமைந்துள்ள முழுப்பாட்டையும் படிக்கும் வேளையில், அப்பாடலின் நோக்கம் வேறு என்பதை அறிய முடிகிறது.

"கல்வி கரையில கற்பவர் நாள்சில
மெல்ல நினைக்கின் பிணிபல தெள்ளிதின்
ஆராய்ந் தமைவுடைய கற்பவே நீரொழியப்
பாலுண் குருகிற் றெரிந்து"

என்று அமைந்துள்ளது அப்பாடல். பொருட்பாலின் முதல் அதிகாரத்தில் இப்பாடல் காணக்கிடக்கிறது.

திருக்குறளைப் போலவே, நாலடியாரும் அறம், பொருள், காமம் என முப்பால் கொண்டு இலங்குகின்றது. அறத்துப் பாலில் 13 அதிகாரங்களும், பொருட்பாலில் 26 அதிகாரங்களும், காமத்துப் பாலில் ஒரே ஒரு அதிகாரமுமாக மொத்தம் 40 அதிகாரங்களைக் கொண்டது நாலடியார். மேற்காணும் பாடல், பொருட்பால், 'கல்வி' அதிகாரத்தின் 5ஆவது பாடலாகும்.

இப்பாடலின் மூன்றாவது வரியில்தான், பாட்டின் நோக்கம் பொதிந்து கிடக்கிறது. 'ஆராய்ந்து அமைவுடைய கற்பவே' என்பது நம் சிந்தனைக்குரிய வரி ஆகும். ஏன் ஆராய்ந்து அமைவுடையனவற்றை மட்டும் கற்க வேண்டும் என்னும் வினாவிற்கு, முதலிரண்டு வரிகளில் விடை உள்ளது. எப்படி ஆராய வேண்டும் என்பதை இறுதி வரி கூறுகின்றது.

அன்னப்பறவை என ஒன்று இருந்ததா என்பதை விஞ்ஞானிகள்தான் கண்டுபிடித்துச் சொல்ல வேண்டும். அப்பறவை குறித்துப் பழந்தமிழ் இலக்கியங்களில் ஏராளமான செய்திகள் உள்ளன. பாலையும், நீரையும் பிரித்து உண்ணும் இயல்புடையது என்பதே அப்பறவையின் சிறப்பாகச் சொல்லப்படுகின்றது. இங்கும், 'நீர் ஒழியப் பால் உண் குருகில் தெரிந்து' என்னும் வரி அதனையே குறிக்கின்றது.

நமக்குத் தேவையானவைகள் மட்டும் இவ்வுலகில் தனித்துக் கிடைப்பதில்லை. நமக்கு வேண்டியனவும், வேண்டாதனவும் எங்கும் கலந்தே கிடக்கின்றன. கொள்ளுவன கொண்டு, தள்ளுவன தள்ளும் திறன் நம் ஒவ்வொருவருக்கும் தேவை; ஒவ்வொரு துறையிலும் தேவை. படிக்கும் நூல்களிலும் நீர்த்துப் போனவைகளைத் தள்ளிவிட்டு, பால் போல் சிறந்தவைகளைத் தேர்ந்து படிக்க வேண்டும். இந்தக் கருத்தையே நாலடியார் பாடலின் இறுதி வரி நமக்கு எடுத்துச் சொல்கிறது.

ஏன் தேர்ந்தெடுத்துப் படிக்க வேண்டும் என்பது முக்கியமான ஒரு வினா. அதற்கு மிகப் பொருத்தமான விடையை இப்பாடல் தருகிறது. எல்லாவற்றையும் படிப்பது நல்லதுதான். படிப்பிற்கு எல்லை இல்லை. ஆனால் வாழ்நாளுக்கு எல்லை இருக்கிறது. அது மிகக் குறுகியதாகவும் இருக்கிறது. மிக மிகச் சிறிய வாழ்க்கையைக் கொண்ட ஒரு மனிதன், மிக மிகப் பரந்துபட்டுக் கிடக்கும் கல்வி முழுவதையும் கற்றுவிட முடியாது என்பது அடிப்படையான செய்தி. கல்வி கடல் போன்றது. அதுவும் கரையே இல்லாத கடல் போன்றது. அப்படி இருக்க மிகச் சில வாழ்நாளைக் கொண்ட ஒரு மனிதன் ஆசையின் அடிப்படையில் இயக்கப்படக் கூடாது. இதனையே, 'கல்வி கரையில, கற்பவர் நாள் சில' என்னும் வரி எடுத்துக் கூறுகின்றது.

மனித வாழ்நாளிலும் முழுமையாக நாம் படித்துக் கொண்டிருக்க முடியாது. எத்தனையோ இடையூறுகள் நமக்கு ஏற்படக்கூடும். குறிப்பாக உடல் நலிவுகள் அவ்வப்போது நம்மைத் தொடர்ந்து கொண்டே இருக்கும். பார்வையை இழந்த பிறகும் தொடர்ந்து படிப்பதற்கு எல்லோரும் கவிஞர் மில்டனாக, கோவை ஞானியாகவோ இருக்க முடியாது. உடல்

நலமின்மையால், நோய்களால் நம் படிப்பு இடையிடையே தடைப் படவும் கூடும் என்பதையும் நாம் கருத்தில் கொள்ள வேண்டும். அதற்காகத்தான் 'மெல்ல நினைக்கின் பிணி பல' என்று இரண்டாவது வரியில் சொல்லப்பட்டிருக்கிறது. எனவே, குறைந்த வாழ்நாளிலும் குறுக்கிடும் இடையூறுகளையும் கழித்து விட்டால், எத்தனை நாள் மிஞ்சும்? மிஞ்சிய நாள்களில் எவ்வளவு நம்மால் படித்துவிட முடியும்?

இத்தனை உண்மைகளையும் எண்ணிப் பார்க்கும் போது, 'தெள்ளிதின் ஆராய்ந்து அமைவுடைய கற்பவே' எனச் சொல்லப்பட்டிருக்கும் வரி எவ்வளவு பொருள் நிறைந்தது என்பதை அறிய முடிகிறது. படிக்க வேண்டியவைகளை ஆராய்ந்து, தக்கனவற்றை மட்டுமே படியுங்கள் என்று நாலடியார் நமக்குச் சொல்லித் தருகிறது. 'கற்க கசடறக் கற்பவை' என்னும் குறள் வரியையும் இங்கு நாம் நினைத்துப் பார்க்கலாம். கசடறக் கற்க என்றும், கற்பவை கற்க என்று கூறும் வள்ளுவரின் கூற்றுக்கான விரிவுரையாகவே மேலே உள்ள நாலடியார் பாடல் அமைந்து கிடக்கிறதோ என்று தோன்றுகிறது.

1892ஆம் ஆண்டு நாலடியாரைப் பதிப்பித்த ஊ.புஷ்பரதச் செட்டியாரைத் தமிழ் கூறு நல்லுலகம் நன்றியுடன் போற்ற வேண்டும். ஒரு நூற்றாண்டுக்கும் முன்பே, அந்நூலைப் பதிப்பித்ததோடு, விளக்க உரையும், இலக்கண விளக்கமும் எழுதி, ஆங்கிலத்திலும் மொழிபெயர்த்துள்ள அவரது புலமைச் சிறப்பை என்னவென்பது! 2004ஆம் ஆண்டு அதனை ஓர் ஆராய்ச்சி முன்னுரையோடு மீள்பதிப்புச் செய்திருக்கின்ற ஆய்வாளர் சரவணனும், வெளியிட்டுள்ள சந்தியா பதிப்பகத்தினரும் போற்றிப் பாராட்டப்பட வேண்டியவர்கள்.

மண்டேலா பேசுகிறார்...

ஜனநாயக, சுதந்திர சமுதாயத் திற்கான லட்சியத்தையே நான் பேணி வளர்த்துள்ளேன். இந்த இலட்சியத் திற்காகவே வாழவும், அதனை அடையவும் உறுதி பூண்டுள்ளேன். தேவைப் பட்டால் இந்த இலட்சியத் திற்காகவே சாகவும் நான் தயாராக இருக்கிறேன்.

தினந்தோறும் எங்கேனும் ஒரு மூலையில் ஏதேனும் ஒரு கூட்டம் நடந்துகொண்டே இருக்கின்றது. ஒவ்வொரு நாளும் மனிதர்கள் பல புதிய புதிய செய்திகளைப் பேசிக்கொண்டே இருக்கிறார்கள். ஆனால் எல்லா மேடைப் பேச்சும் குறிப்பிடத்தக்கதாக அமைவதில்லை. உலகப்புகழ்பெற்ற உரைகளாக ஒன்றிரண்டே அமையும். அப்படி அமைந்த 25 சொற் பொழிவுகளை 'உலகப் பேருரைகள்' என்னும் தலைப்பில் சின்னத்தம்பி முருகேசன் தொகுத்து ஒரு நூலாக ஆக்கி இருக்கிறார்.

அந்தப் புத்தகத்தில் இடம் பெற்றுள்ள இறுதி உரை நெல்சன் மண்டேலாவினுடையது. அந்தப் பேச்சும், அது பேசப்பட்ட தருணமும் என்றைக்கும் வரலாற்றின் பக்கங்களில் இடம்பெறத் தக்கன. ஏறத்தாழ 28 ஆண்டுகள் சிறைவாசம் முடித்து வெளிவந்த மண்டேலா,

கேப்டவுன் நகரில், பல்லாயிரக்கணக்கான மக்களின் முன்பு ஆற்றிய உரை அது. 1990ஆம் ஆண்டு அவர் ஆற்றிய அவ்வுரை இன்னும் பல்லாண்டுகளுக்கு நிலைத்து நிற்கக்கூடிய தன்மை வாய்ந்ததாக உள்ளது.

கால் நூற்றாண்டுக்குப் பிறகு, சுதந்திர மனிதனாய் வெளியில் வந்து, தன் தோழர்களைப் பார்த்துப் பேசுகிற உரை, கண்டிப்பாக, உணர்ச்சி மயமான ஒன்றாகத்தான் இருக்க முடியும். ஆனால் மண்டேலாவின் உரையோ அதற்கு நேர்மாறாக உள்ளது. மிக நிதானமாக, மிக அறிவுப்பூர்வமாக அவர் அந்த உரையை ஆற்றியிருக்கிறார்.

சமாதானம், ஜனநாயகம், விடுதலை ஆகியனவற்றை நினைவு கூர்ந்து என் பேச்சைத் தொடங்குகிறேன் என்கிறார் அவர். அந்த மூன்றுக்காகவும்தான் அந்த மக்கள் போராடுகின்றனர் என்பதும், அவற்றுக்காகத்தான் அவர் தன் வாழ்நாளில் பெரும்பகுதியைச் சிறையில் கழித்தார் என்பதும் நாம் நினைவில் கொள்ளத்தக்கவை. எனவே தன் பேச்சின் தொடக்கத்தில் அந்த மூன்றினையும் தொட்டு அவர் பேசியிருப்பது மிகப் பொருத்தமானது என்று சொல்லவேண்டும்.

தனக்காகக் குரல் கொடுத்த தோழர்களுக்கும், ஆப்பிரிக்க மக்களுக்கும், ஆதரவு தந்த உலக மக்கள் அனைவருக்கும் தன் நன்றியைப் பதிவு செய்யும் அவர், தன் பேச்சின் சாரமான பகுதிக்கு அடுத்து வருகின்றார். தான் சிறைப்பட்ட காலத்திற்கும், வெளிவந்துள்ள இன்றைய சூழலுக்கும் இடையில் காணப்படும் ஒரு மிகப்பெரும் வேறுபாட்டை அவர் குறிப்பிடுகின்றார். 25 ஆண்டுகளுக்கு முன்னால், ஏறத்தாழ எல்லா வெள்ளையர்களிடமும் நிறவெறி விதிவிலக்கின்றி இருந்தது. ஆனால் இன்று அந்நிலைமையில் மாற்றம் தெரிகின்றது. வெள்ளையர்களில் பலரே கூட, 'இனவெறிக்கு இனி எதிர்காலம் இல்லை' என்பதை உணர்ந்துள்ளனர். இதுதான் மிகப்பெரிய சமூக மாற்றம் என்கிறார் அவர்.

இம்மாற்றத்தை நிலைநிறுத்தவும், பரவலாக்கவும் பாடுபடுவதே இனி நம் அனைவரின் பணியாகவும் இருக்க வேண்டும் என்று அம்மக்களைக் கேட்டுக்கொள்கின்றார். இப்பணியை அனைவரும் சேர்ந்தே முடிக்க வேண்டும் என்று

கூறும் அவர், 'வெள்ளைத் தியாகிகளுக்கும் நான் வேண்டுகோள் விடுக்கிறேன்' என்று தன் கருத்துக்கு அழுத்தம் கொடுக்கிறார்.

மண்டேலாவின் இந்த உரையில் ஒன்றினை நாம் கவனித்து உள்வாங்கிக் கொள்ள வேண்டியிருக்கிறது. சாதியப் போராட்டம், பெண் விடுதலைப் போராட்டம் என எதுவானாலும், இந்தப் புரிதல் நமக்கு மிகத் தேவையானதாக உள்ளது. வர்க்க, வருண, பால் வேறுபாடுகள் அனைத்திலும், அவை கூர்மையடைந்து, இரு தரப்பினருக்கும் இடையில் மோதல் நிகழும் என்பதே இயற்கை விஞ்ஞானம். எனினும் அந்த மோதலில், இரு பிரிவினரும் மிகத் துல்லியமாகப் பிரிந்து நின்று போரிடுவார்கள் என எதிர்பார்ப்பது ஒரு கற்பனா வாதம் என்று சொல்வார் லெனின். ஒடுக்கும் பிரிவினரில் ஒருவராகப் பிறந்திருந்தாலும், ஜனநாயகப் பண்புடையவர்கள், ஒடுக்கப்படுவோருக்கு ஆதரவாகவே களத்தில் நிற்பார்கள் என்பதைப் புரிந்து, அவர்களைச் சரியாக வென்றெடுக்கும் போதே, அத்தகைய ஜனநாயகப் போராட்டங்கள் வெல்லும் என்பது விதி. இதனைத் தெளிவாகப் புரிந்து கொண்டிருக்கிறார் மண்டேலா என்பதைத்தான் அவருடைய உரை நமக்குக் காட்டுகிறது.

அவர் தன் பேச்சில் குறிப்பாக ஒரு பிரிவினருக்கு நன்றி கூறுகிறார். போராளிகளின் மனைவிகளுக்கு நாம் மிகுந்த நன்றி உடையவர்களாக இருக்க வேண்டும் என்கிறார் அவர். அடித்தளத்தில் அசையாத பாறை போன்று இருந்தவர்கள் அவர்கள்தான் என்கிறார். அடித்தளத்தின் உறுதிதான், மேல்கட்டுமானத்தின் நிலைத்த தன்மைக்கு வழிவகுக்கும் என்பதை நாம் அறிவோம். போராளிகளின் அடித்தளமாகக் குடும்பங்கள் சில இருந்திருக்கின்றன என்னும் உண்மையை இங்கு மண்டேலா வெளியிடுகின்றார். மற்ற குடும்பங்களும் அப்படி இருக்க வேண்டும் என்னும் தூண்டுதலாகவும் இப்பேச்சு அமைந்துள்ளது என்று கொள்ளலாம்.

தன்னைச் சிறையில் அடைத்த அதிபர் டி கிளார்க் பற்றியும் மிக மேன்மையாக மண்டேலா தன் பேச்சில் குறிப்பிடுகிறார். மாற்றுச் சிந்தனைகளுக்கு இடம் கொடுக்கக் கூடியவராக டி கிளார்க் வளர்ந்திருப்பதை நாம் கணக்கில் கொள்ள வேண்டும் என்கிறார் அவர். அது மட்டுமல்லாமல், டி கிளார்க் நம்பகமானவர் என்றும் அவர் குறிப்பிடுகின்றார். 28 ஆண்டுகள் தன்னைச் சிறையில் வைத்த ஒருவர் மீது யாருக்கும் மிகப் பெரிய கோபம் இருக்கும் என்பதுதான் இயல்பு. ஆனால் தன் நிலையில் இருந்து பார்க்காமல், சமூக விடுதலை என்னும் கோணத்தில் இருந்து பார்க்கின்றவர்களால் மட்டுமே இவ்வாறு எதிரிகளையும் மதித்துப் பேச இயலும். மண்டேலாவுக்கு அது இயன்றிருக்கிறது.

அவர் பேச்சின் இறுதிப் பகுதி, மிகக் கூர்மையானதும், செறிவானதும் ஆகும். அந்த வரிகளை நாம் அப்படியே நினைவுகூரலாம் :

வெள்ளையர் ஆதிக்கத்தை எதிர்த்து நான் போராடி இருக்கிறேன்; கறுப்பர்கள் ஆதிக்கத்தையும் எதிர்த்துள்ளேன். அனைத்து மக்களும் நல்லிணக்கத்தோடும், சம வாய்ப்புகளோடும் ஒன்றிணைந்து வாழக் கூடிய ஜனநாயக, சுதந்திர சமுதாயத்திற்கான லட்சியத்தையே நான் பேணி வளர்த்துள்ளேன். இந்த இலட்சியத்திற்காகவே

வாழவும், அதனை அடையவும் உறுதி பூண்டுள்ளேன். தேவைப்பட்டால் இந்த இலட்சியத் திற்காகவே சாகவும் நான் தயாராக இருக்கிறேன்.

மண்டேலா யார், அவருடைய மனப்பாங்கு என்ன, எந்த இலட்சியம் அவரைச் சிறையிலும் வாடாமல் காப்பாற்றியது என்பன போன்ற பல வினாக்களுக்கு அவருடைய இந்த உரை ஏற்றதொரு விடையாக உள்ளது.

சொர்க்கத்திற்குப் போன சந்நியாசி

'ஒன்றுமில்லை மன்னா, சொர்க்கத்தில் ஒரு கோயில் கட்ட வேண்டும் என்று உங்கள் தந்தையார் ஆசைப்படு கின்றார். அதற்கு ஒரு சிறந்த தச்சுத் தொழிலாளி அங்கு கிடைக்க வில்லையாம். அதுதான் அவரது கவலை' என்றார் சந்நியாசி.

கதைகேட்டு வளர்ந்த மரபு நம்முடையது. தாத்தா பாட்டி கதை சொல்ல, அதைக் கேட்ட படியே குழந்தைகள் கண்அயர்ந்து உறங்கு வார்கள். பரபரப்பாக இயங்கிக் கொண்டிருக்கும் இன்றைய இயந்திர உலகில், தாத்தா, பாட்டி யோடு சேர்ந்து வாழும் கூட்டுக் குடும்பங்களும் இல்லை. குழந்தைகளுக்கும் கதை கேட்கும் வாய்ப்பு இல்லை.

அந்தக் குறையைப் புத்தகங்களால்தான் ஓரளவுக்கேனும் போக்க முடியும். அத்தகைய நூல்கள் எண்ணிக்கையில் மிகக் குறைவாகவே உள்ளன. எனினும் நல்ல நூல்களே இல்லை என்றும் சொல்லிவிட முடியாது. எழுத்தாளர் செ.யோகநாதன் எழுதியுள்ள 'நிலாவும் குரங்கும்' என்னும் சிறுகதைத் தொகுப்பு நூலை அதுபோன்ற நல்ல நூல்களில் ஒன்று எனக் கூறலாம்.

அத்தொகுப்பில் உள்ள முட்டாள் அரசன் என்னும் ஒரு சிறுகதை, ஏமாற்றுக்காரர் ஒருவர் எப்படிப் புத்தி புகட்டப்படுகிறார் என்பதை அழகிய வடிவில் சொல்கிறது.

திபெத் நாட்டில் வாழ்ந்து வந்த ஒரு சந்நியாசி எந்த உழைப்பிலும் ஈடுபடாமல், மன்னரையும், மக்களையும் ஏமாற்றி

வாழ்ந்து வருகிறார். அடுத்தவன் உழைப்பைச் சுரண்டுவதே அவருடைய இயல்பாக இருக்கிறது. ஒருநாள் ஒரு தச்சுத் தொழிலாளியைப் பார்த்து, 'எனக்கு ஒரு வீட்டினை நீ கட்டிக் கொடுத்தால், நான் உனக்காகக் கடவுளிடம் பிரார்த்தனை செய்கிறேன்' என்றார். தொழிலாளி சட்டென்று விடை சொன்னார், 'எனக்காக நீங்கள் ஒன்றும் பிரார்த்திக்கத் தேவையில்லை. என்னால் உழைத்துப் பிழைத்துக்கொள்ள முடியும்' சந்நியாசிக்குக் கடும் கோபம் வந்தது. வெளியில் காட்டிக் கொள்ளாமல் விலகிப் போய்விட்டார். ஆனாலும் அந்தத் தச்சுத் தொழிலாளியை எப்படியாவது பழிவாங்கி விட வேண்டும் என்ற எண்ணம், எல்லாவற்றையும் துறந்த அவருக்குள் உறைந்து கிடந்தது.

அதற்கான வாய்ப்பும் அவருக்கு ஒரு நாள் கிடைத்தது. மன்னரிடம் தனியாக உரையாடிக் கொண்டிருக்கையில், ஒரு

அபாரப் பொய்யை அவிழ்த்துவிட்டார். 'மன்னரே, நேற்று நான் சொர்க்கத்திற்குச் சென்றிருந்தேன். அங்கே உங்கள் தந்தையாரைக் கண்டேன். அங்கு அவர் மகிழ்ச்சியாக இருக்கிறார். எனினும் அவருக்கு ஒரு குறை உள்ளது' என்று சொல்லி நிறுத்தினார். மன்னர் பதறிப்போய் என்ன குறை என்று கேட்டார்.

'ஒன்றுமில்லை மன்னா, சொர்க்கத்தில் ஒரு கோயில் கட்ட வேண்டும் என்று உங்கள் தந்தையார் ஆசைப்படுகின்றார். அதற்கு ஒரு சிறந்த தச்சுத் தொழிலாளி அங்கு கிடைக்கவில்லையாம். அதுதான் அவரது கவலை' என்றார் சந்நியாசி. 'அதற்கு நாம் என்ன செய்வது?' என்று மன்னன் கேட்க, 'நீங்கள் அனுமதித்தால் இங்கிருந்தே பொருத்தமான ஒருவரை நாம் அனுப்பி வைக்கலாம்' என்று சந்நியாசி விடை சொன்னார்.

'அது எப்படி, இங்கிருந்து சொர்க்கத்திற்கு அனுப்புவது?'

'அதெல்லாம் என் போன்ற சந்நியாசிகளுக்கு மிக எளிது. ஒரு தச்சுத் தொழிலாளியை ஒரு குடிசைக்குள் உட்கார வைத்து, வெளியில் கதவைப் பூட்டிவிட்டு, குடிசையைச் சுற்றிலும் தீ வைத்து விட்டால், உள்ளே இருந்து ஒரு வெள்ளைப் புகை வரும். அந்தப் புகையோடு சேர்ந்து ஒரு வெள்ளைக் குதிரையும் வரும். அதில் ஏறி நேராகச் சொர்க்கத்திற்குப் போய்விடலாம்.'

மன்னர் மகிழ்ந்தார். அதற்கு ஏற்ற தச்சுத் தொழிலாளி யார் என்பதையும் சந்நியாசியே சொல்ல, மன்னர் அந்தத் தொழிலாளியை அழைத்து, செய்தியைச் சொல்லி உடனே ஒரு குடிசை வீட்டைக் கட்டும்படி அவரிடமே கூறினார். தொழிலாளிக்குப் பேரதிர்ச்சியாக இருந்தது. சந்நியாசியின் சதிதான் இது என்பதும் புரிந்தது. என்றாலும் மன்னரை எதிர்த்து யார்தான் பேச முடியும்? குழம்பிப் போன மனத்துடன் வீடு திரும்பினார்.

செய்தியறிந்த தொழிலாளியின் மனைவியும் மிகுந்த வேதனைக்குள்ளானார். பிறகு அவர் தன் கணவருக்கு ஒரு அருமையான வழியையும் சொன்னார். குடிசை கட்டும்போதே, அங்கிருந்து நம் வீட்டுக்கு வருவதற்கு ஒரு சுரங்கப்பாதையும் கட்டி விடுங்கள் என்றார். நல்ல யோசனை என்று சொல்லி இருவரும் மகிழ்ந்தனர். அடுத்த நாள், யாருக்கும் தெரியாமல் தொழிலாளி அவ்வாறே செய்து முடித்தார்.

ஓரிரு நாட்களுக்குப் பிறகு, அந்தக் குடிசைக்குள் தச்சுத்தொழிலாளியை உட்கார வைத்து, வெளியில் கதவைப் பூட்டிவிட்டனர். குடிசைக்குத் தீயும் வைத்தனர். எங்கு பார்த்தாலும் புகை மண்டிற்று. சந்நியாசி, 'மன்னரே, அதோ பாருங்கள்... அந்தப் புகைக்கு மேலே ஒரு குதிரை நின்றுகொண்டிருப்பதை' என்றார். மன்னருக்குக் குதிரையும் தெரியவில்லை, ஒரு கழுதையும் தெரியவில்லை. ஆனாலும் அப்படிச் சொன்னால் தனக்குக் கடவுள் அருள் இல்லை என்றாகிவிடுமே என்ற பயத்தில், 'ஆமாமாம், ஒரு வெள்ளைக் குதிரை தெரிகிறது, என்ன அழகு, என்ன கம்பீரம்' என்று பொய்யாக ஏதோ சொன்னார். அருகில் இருந்த அமைச்சர்களும், 'அடடே, குதிரை பறக்கவே தொடங்கிவிட்டது. அதன் மீது அந்தத் தொழிலாளி எப்படி அமர்ந்திருக்கிறார் பாருங்கள்' என்று தங்கள் பங்குக்கு புளுகு மூட்டையை அவிழ்த்து விட்டனர்.

தன்னை எதிர்த்துப் பேசிய தொழிலாளியைக் கொன்று விட்டோம், இந்த முட்டாள்களையும் ஏமாற்றி விட்டோம் என்று எண்ணி மகிழ்ந்தார் சந்நியாசி.

சுரங்கப் பாதை வழியாகத் தன் வீடு சென்ற தொழிலாளி, ஒரு மாதம் முழுவதும் வெளியில் எங்கும் செல்லாமல் வீட்டிற்குள்ளேயே இருந்தார். பிறகு திடீரென்று ஒருநாள் வெளிப்பட்டு, அரண்மனைக்கு வந்தார். அவரைப் பார்த்ததும், மன்னருக்கும், அமைச்சர்களுக்கும் ஒரே வியப்பாக இருந்தது. சந்நியாசிக்கோ பெரிய அதிர்ச்சியாக இருந்தது.

'சொர்க்கத்திலிருந்து எப்படி வந்தாய்?' மன்னர் கேட்டார். 'அது ஒன்றும் கடினமில்லை. அதே குதிரையில் திரும்ப வந்துவிட்டேன்' என்றார் தொழிலாளி. சந்நியாசிக்கே குழப்பமாகிவிட்டது. ஒரு வேளை, உண்மையிலேயே சொர்க்கத்திற்குப் போய்த் திரும்பி விட்டானோ என்று சந்தேகப்பட்டார்.

'அங்கே என் தந்தையார் எப்படி இருக்கிறார்?' என்று கேட்டார் மன்னர். உடனே அத்தொழிலாளி, 'மிக மகிழ்ச்சியாக இருக்கிறார் மன்னா. அவர் விரும்பியபடியே ஒரு மரக் கோயிலையும் நான் கட்டிக் கொடுத்து விட்டேன். அதிலும் மிக்க மகிழ்ச்சி. ஆனால் இன்னமும் ஒரு குறை அவருக்கு இருக்கிறது.

கோயில் கட்டி என்ன பயன்... அங்கு பூஜை செய்ய ஒரு சந்நியாசி கூட இல்லையே என்று சொல்லி வருத்தப்பட்டார். யாராவது ஒருவரை இங்கிருந்து அனுப்பி வைக்க முடியுமா என்று கேட்டார்' என ஒரு கட்டுக் கதையை எடுத்துவிட அனைவரும் அதை நம்பினர். சந்நியாசிக்கு மட்டுமே சற்றுக் குழப்பமாய் இருந்தது.

'அதற்கென்ன உடனே அனுப்பி விடலாம்' என்று சொல்லி மகிழ்ச்சியுடன் மன்னர் சந்நியாசியைப் பார்த்தார்.

மீண்டும் குடிசை கட்டப்பட்டது. ஆனால் இப்போது அதில் சுரங்கப் பாதை ஏதுமில்லை. சந்நியாசியை உள்ளே வைத்துப் பூட்டி நெருப்பு மூட்டினார்கள். சற்று நேரத்தில் சந்நியாசி அலறத் தொடங்கினார். ஆனால் மன்னரும் மற்றவர்களும், 'அடடா என்ன அழகான குதிரை' என்று ரசித்துப் பாராட்டிக் கொண்டிருந்த சத்தத்தால், சந்நியாசியின் அலறல் வெளியில் கேட்கவில்லை.

இதுதான் அந்தக் கதை. ஏமாற்றுகிறவர்கள் ஏமாந்து போவார்கள் என்பதையும், அடுத்தவன் உழைப்பைச் சுரண்டுகிறவர்கள் ஒரு நாள் கெட்டழிந்து போவார்கள் என்பதையும் இதைவிட அழகான கதை வடிவத்தில் சொல்லிவிட முடியாது. கடவுள், சொர்க்கம் ஆகியனவற்றின் பெயரால், இந்த அறிவியல் உலகிலும் ஏமாற்றித் திரிகின்றவர்களுக்கு இக்கதை ஒரு சாட்டையடி என்று சொல்லலாம்.

இதய நோய் ஏற்படாதிருக்க...

தமிழர்களின் உணவுப் பழக்கத்தில் பொரியல் என்பதெல்லாம் மிகப் பிற்காலத்தில் வந்தவைதான். அவித்தல், சுடுதல், துவட்டுதல், கூட்டுதல் ஆகியனவே பழந்தமிழ் இலக்கியங்களில் நாம் பார்க்கும் உணவுமுறை என்கின்றனர் ஆய்வாளர்கள்.

ஓர் ஆங்கிலப் புத்தகத்தில், Say yes to No என்ற தலைப்பின் கீழ் ஒரு கட்டுரை இருந்தது. இல்லை என்பதற்கு ஆம் என்று சொல்லுங்கள் என்னும் முரணான அத்தலைப்பு, அக்கட்டுரை யையும், பின்பு அந்த நூல் முழுவதையும் படிப்பதற்குக் காரணமாக இருந்தது.

லூயி இக்னரோ (Dr.Louis J.Ignarro) எழுதியுள்ள No more heart disease என்னும் ஆங்கில நூல் அது. இக்னரோ 1998ஆம் ஆண்டு மருத்துவத் துறையில் நோபல் பரிசு பெற்றவர். மருத்துவ விஞ்ஞானிகள் இருவரோடு இணைந்து அப்பரிசை அவர் அந்த ஆண்டில் பகிர்ந்து கொண்டிருக்கிறார். இதய நோய்கள் எதனால் ஏற்படுகின்றன என்பது குறித்தும், அவற்றை எப்படி முன்கூட்டியே தடுக்கலாம் என்பது குறித்தும் அவர்கள் நடத்திய ஆய்வுக்காகவே அந்தப் பெரிய விருதை

அவர்கள் பெற்றுள்ளனர். அந்தக் கண்டுபிடிப்பின் சாரமும் விரிவும்தான் இந்த நூலாக நமக்குக் கிடைத்திருக்கிறது.

நான் முதலில் குறிப்பிட்டுள்ள Say yes to No என்பதற்கு வேறு பொருள் என்பதனை நூலைப் படிக்கும் போது அறிந்து கொள்ள முடிந்தது. No என்பது நைட்ரிக் ஆக்சைடு என்பதன் சுருக்கப் பெயர். இந்த வேதியல் பொருள் எந்த அளவுக்குக் கூடுதலாக உடம்பில் உற்பத்தி செய்யப்படுகிறதோ, அந்த அளவுக்கு இருதய நோய்கள் தடுக்கப்படும் என்பதே அவர்கள் ஆய்வின் முடிவு.

நைட்ரிக் ஆக்சைடு என்பதை, நைட்ரஸ் ஆக்சைடு என்பதோடும், நைட்ரிக் ஆசிட் என்பதோடும் குழப்பிக் கொண்டுவிடக் கூடாது என்பதை இக்னரோ தொடக்கத்திலேயே எச்சரிக்கிறார். பெயர்கள் ஒன்றைப் போலவே மற்றொன்று இருந்தாலும், வேதியல் குணங்களில் அவற்றிற்கிடையே பாரதூரமான வேறுபாடுகள் உள்ளன என்பதனாலேயே எச்சரிக்க நேர்கிறது என்கிறார்.

நைட்ரிக் ஆக்சைடின் அளவு உடம்பில் கூடக்கூட, அது குருதி அழுத்தத்தை (Blood Pressure) கட்டுப்படுத்துகிறது. இரத்த ஓட்டத்தை ஒழுங்குபடுத்துகிறது. உடலுக்குத் தீங்கு விளைக்கும் கொழுப்பு அதிகம் படியாமல் பார்த்துக் கொள்கிறது. இத்தகைய ஒழுங்கு நடவடிக்கைகளின் மூலம், மாரடைப்பு வருவதை முற்றிலுமாக அது தடுத்துவிடுகிறது. இத்தனை நன்மைகளையும் நமக்குச் செய்யும் அந்த நைட்ரிக் ஆக்சைடிற்கு ஆம் என்று சொல்லுங்கள் என்பதுதான் Say yes to N0.

படிக்கும்போது நமக்கும் மகிழ்ச்சியாய்த்தான் இருக்கிறது. நைட்ரிக் ஆக்சைடின் அளவை அதிகப்படுத்தி, மாரடைப்பைத் தடுத்துவிடலாம் என்றால், யாருக்குத்தான் வேண்டாம் என்று தோன்றும். ஆனால் அதை எப்படி அதிகப்படுத்துவது என்பதுதான் நாம் தெரிந்துகொள்ள வேண்டிய செய்தி. அதைத்தான் அந்த நூல் மிக விரிவாகச் சொல்லுகிறது. அதில் ஏராளமான மருத்துவச் சொற்கள் இடம் பெற்றுள்ளன. அவற்றை எல்லாம் அப்படியே நாம் புரிந்துகொண்டுவிட முடியாது என்றாலும், பொதுமக்களும் அறிந்துகொள்ளும் வகையில் பல செய்திகள் மிக எளிமையாகச் சொல்லப்பட்டுள்ளன.

சின்னச் சின்ன உடற்பயிற்சிகளும், உணவு முறைகளும் நம் உடம்பில் நைட்ரிக் ஆச்சைடின் அளவைக் கூட்டும் என்பதுதான் நூலாசிரியர் தரும் செய்தி. உணவு வகைகள் என்று எடுத்துக் கொண்டால், உலகம் முழுவதும் மக்கள் உண்ணும் பல உணவுகளில் அந்த நைட்ரிக் ஆக்சைடு உள்ளது என்கிறார் இக்னரோ. எனினும் குறிப்பிட்ட சில உணவு வகைகளில் அது பெருமளவிற்கு நமக்குக் கிடைக்கிறது என்பதுதான் முக்கியமானது. அந்த உணவு வகைகளை நாம் கண்டிப்பாகத் தெரிந்து கொள்ள வேண்டும்.

ஐரோப்பிய மக்கள் உணவில் மிகவும் பயன்படுத்தும் மீன் வகைகளில் நைட்ரிக் ஆக்சைடு நிறைய உள்ளதாம். அப்படியானால் நம் ஊர் மீன்களில் அது இல்லையா என்று ஐயப்பட வேண்டியதில்லை. எல்லா மீன்களிலும் அந்த வேதியல் பொருள் இருக்கிறது. ஐரோப்பிய மக்களைப் போல உலகம் முழுவதும் உள்ள அனைவரும் மீன் உணவைக் கூடுதலாக உண்ண வேண்டும் என்பதுதான் அவர் சொல்லும் செய்தி. அதிலும் எண்ணையில் போட்டுப் பொரித்து எடுக்கும் மீன் நல்லதன்று. குழம்பு வைத்து உண்ணுதலே உடல் நலத்திற்கு மிகமிக ஏற்றது. எப்போதாவது மாதத்தில் ஒருநாள் குழம்பு மீனை உண்ணுவதால் நைட்ரிக் ஆக்சைடின் அளவு கூடிவிடாது. வாரத்திற்கு இரண்டு அல்லது மூன்று நாள்கள் மீன் உணவு எடுத்துக் கொள்ள வேண்டும் என்கிறார்.

பொதுவாகவே தமிழர்களின் உணவுப் பழக்கத்தில் பொரியல் என்பதெல்லாம் மிகப் பிற்காலத்தில் வந்தவைதான்.

அவித்தல், சுடுதல், துவட்டுதல், கூட்டுதல் ஆகியனவே பழந்தமிழ் இலக்கியங்களில் நாம் பார்க்கும் உணவு முறை என்கின்றனர் ஆய்வாளர்கள். அதிலும் குறிப்பாக நீராவியில் அவித்து உண்ணும் உணவே அளவில் கூடுதலாக இருந்திருக்கிறது. வெவ்வேறு விதமான பண்பாட்டுக் கலப்பினால் பொரியல் போன்ற உணவு முறைகளை நாம் பின்னால் கற்றுக் கொண்டோம்.

ஐரோப்பியரிடமிருந்து மீன் உணவு முறையைக் குறிப்பிடும் இக்னரோ, சீனர்களிடமிருந்து குறிப்பிட்ட தேநீர் வகையை (Green Tea) பரிந்துரைக்கின்றார். அந்தத் தேநீர் மிகப்பெரிய மருந்தாகவும், நைட்ரிக் ஆக்சைடின் உற்பத்தி மையமாகவும் உள்ளது என்கிறார். ஒரு நாளைக்கு இரண்டு அல்லது மூன்று முறை அந்த 'கிரீன் டீ'யை அருந்தி வந்தால், புற்று நோய், முடக்குவாதம், உயர் குருதி அழுத்தம் போன்ற கடுமையான நோய்களைக் கூட வராமல் தடுத்து விடலாம் என்கிறார். இன்றைக்கு அந்த வகைத் தேநீருக்காக நாம் சீனாவிற்குச் செல்ல வேண்டியதில்லை. உலகெங்கும் எளிதாக அத்தேநீர் நமக்குக் கிடைக்கிறது.

ஆசியாவில் இருந்தோ, இந்தியாவில் இருந்தோ, நைட்ரிக் ஆக்சைடின் அளவைக் கூட்டக் கூடிய உணவுப் பொருள் ஏதுமில்லையா என்று நமக்குக் கேட்கத் தோன்றும். நாம் அன்றாட உணவில் பயன்படுத்துகிற பூண்டுக்கு இணையான பொருள் உலகிலேயே இல்லை என்கிறார் இக்னரோ. ஐயாயிரம் ஆண்டுகளுக்கு முன்பே இந்தியாவில் பூண்டு பயன்பாட்டில் இருந்திருக்கிறது என்று அவர் கூறுகிறார். எனினும் அதனுடைய மிக உயர்ந்த மருத்துவச் சிறப்புகளை உலகம் இப்போதுதான் கண்டுபிடித்திருக்கிறது என்கிறார். பூண்டினை உள்ளே உட்கொள்ளுவதனால் மட்டும்தான் பயன்பெற முடியும் என்பதில்லை. அதனை நசுக்கும் போதோ, கத்தியால் வெட்டும் போதோ ஏற்படும் நெடி இருக்கிறதே, அதுவே உடலுக்கு நன்மை பயக்கும் என்கிறார்.

தொடர்ந்து பூண்டினை உணவில் சேர்த்துக் கொண்டு வந்தபோது, நான்கு வாரங்களில், உடம்பில் உள்ள கெட்ட கொழுப்பில் (LDL) 12 சதவீதம் குறைந்திருப்பதை கண்டுபிடித்து,

1993ஆம் ஆண்டு The Observer Food Monthly என்னும் மருத்துவ இதழ் செய்தி வெளியிட்டிருப்பதையும் அவர் குறித்துள்ளார்.

ஸ்ட்ராபெரி, புளூ பெரிப் பழம் போன்ற பல்வேறு உணவுப் பொருள்களும், நைட்ரிக் ஆக்சைடின் அளவை உயர்த்தக் கூடியன என்று கூறும் அவர், அன்றாட உடற்பயிற்சியும் அவசியம் தேவை என்கிறார். ஒரு நாளைக்கு இருபது நிமிடங்கள் உடற்பயிற்சி அல்லது 40 நிமிட நடைப் பயிற்சி, நமக்குத் தேவையான நைட்ரிக் ஆக்சைடைக் கொடுக்கும் என்பது அந்த விஞ்ஞானிகளின் கண்டுபிடிப்பாக உள்ளது.

உடல் நலமும், மன நலமும்தான் வாழ்வின் செல்வங்கள் என்பதை அனைவரும் உணர்வதும், அதற்கு ஏற்ற வகையில் நம் வாழ்வை அமைத்துக் கொள்வதும் மிகப் பெரிய ஞானம் அல்லவா! அந்த ஞானத்தை வளர்த்துக் கொள்ள இந்த நூல் பெரிதும் உதவுகிறது.

ஆசிரியர்கள் மூத்த மாணவர்களே!

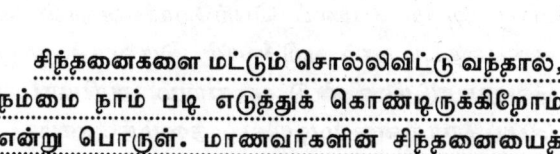

சிந்தனைகளை மட்டும் சொல்லிவிட்டு வந்தால், நம்மை நாம் படி எடுத்துக் கொண்டிருக்கிறோம் என்று பொருள். மாணவர்களின் சிந்தனையைத் தூண்டும் போதுதான் புதிய புதிய மனிதர்களை உலகுக்கு நாம் தருகிறோம் என்று பொருள்.

எந்த ஒரு சமூகத்தில் ஆசிரியர்கள் பொறுப்புணர்ச்சியோடும், சமூகப் பார்வையோடும் உள்ளனரோ அந்தச் சமூகம் மேலோங்கி நிற்கும். அவ்வாறே அந்த குணநலன்கள் இல்லாத ஆசிரியர்களைப் பெற்றிருக்கிற சமூகம் கண்டிப்பாய்த் தன் நிலை தாழும். இது எல்லா நாட்டிற்கும் பொருந்தும் கூற்று எனச் சொல்லுவர்.

வாழ்வில் முன்னேற்றம் கண்ட ஒவ்வொருவருக்குப் பின்னாலும் ஓர் ஆசிரியர் உறுதியாக இருப்பார் என்று நம்பலாம். இப்போதும் கூட நாம் பார்க்கலாம். புகழ் பெற்ற எவர் ஒருவருடைய நேர்காணலிலும், அவர் தன் ஆசிரியரைப் பற்றிக் குறிப்பிடாமல் இருக்க மாட்டார். 'உங்களுக்கு இத்தனை பெரிய ஓவியத் திறன் எப்படி வந்தது?' என்று கேட்டால், 'ஐந்தாம் வகுப்பில் என் ஆசிரியர் ஒருவர்...' என்று அவர் தன் விடையைத்

தொடங்குவார். 'எப்படிக் கவிதை எழுதக் கற்றுக் கொண்டீர்கள்?' என்றால், 'எங்க வாத்தியார் கோவிந்தராஜன் சார்தான்...' என்பதாக அவர் விடை அமையும். இப்படி வெற்றி பெற்ற ஒவ்வொருவரும் தங்களின் ஆசிரியர்களை நினைவு கூர்வார்கள். ஆதலால் ஒரு தேசத்தின் அறிஞர்களை, கவிஞர்களை, கலைஞர்களை உருவாக்கும் பட்டறை ஆசிரியச் சமூகம்தான் என்பது புலனாகிறது.

ஆசிரியர்களை இரண்டாவது பெற்றோர்களாகப் பார்ப்பது மரபு. அதே போலப் பெற்றோர்கள்தான் முதல் ஆசிரியர்கள் என்பதையும் நாம் அறிவோம். இருவருக்கும் இடையில் ஒரு சிறு வேறுபாடும் உண்டு. ஒன்றும் அறியாப் பருவத்தில் நாம் பெற்றோரின் மடியில் தவழ்ந்தோம். எனவே முதல் ஆசிரியர்களிடமிருந்து கூடுதலாய் அறிந்து கொள்ள வாய்ப்பில்லை. ஆனால் இரண்டாவது பெற்றோர்களான ஆசிரியர்களிடம் நாம் சென்றடையும் வயதில்தான் மூளையின் வேலை தொடங்குகிறது. எனவே அவர்கள் சொல்வதெல்லாம் அழியாத சித்திரமாய் அப்படியே நம் நெஞ்சில் பதிகிறது.

குழந்தைகளை உருவாக்கி, அவர்கள் வழி அடுத்த தலைமுறையை, புதிய சமூகத்தைப் படைக்கும் சிற்பிகளான ஆசியர்களுக்கு எத்தனை பொறுப்பு உள்ளது என்பதைப் பற்றி பலரும் கூறியுள்ளனர்.

நல்ல ஆசிரியர்களுக்கான அளவுகோல் என மூன்றினைக் குறிப்பிடுவர். மாணவர்களின் சிந்தனையைத் தூண்டுகின்றவர்களாகவும், அவர்களைப் பாராட்டி மேலும் மேலும் ஊக்குவிக்கின்றவர்களாகவும், அவர்களோடு சேர்ந்தே பயணிக்கும் பயணிகளாகவும் ஆசிரியர்கள் அமைய வேண்டும் என்பதே அந்த மூன்று தகுதிகள்.

'ஆசிரியர்கள் என்போர், வகுப்பறையில் தங்கள் சிந்தனைகளைச் சொல்பவர்கள் இல்லை. மாறாக, மாணவர்களைச் சிந்திக்க வைப்பவர்களே ஆசிரியர்கள்' என்பார் ஐன்ஸ்டீன். இரண்டுக்கும் இடையில் இருக்கிற மிகப் பெரிய வேறுபாட்டை நாம் உணர்ந்து கொள்ள வேண்டும். நம்

சிந்தனைகள் இன்றைய காலகட்டத்திற்கு ஏற்றவையாகவும், உயர்ந்தவையாகவும் நமக்குத் தோன்றலாம். எனினும் எந்த ஒரு கருத்தும் விவாதத்திற்கும், மாற்று எண்ணங்களுக்கும் உரியதே என்பதை நாம் மறந்துவிடக் கூடாது. நம் சிந்தனைகளை மட்டும் சொல்லிவிட்டு வந்தால், நம்மை நாம் படி எடுத்துக் கொண்டிருக்கிறோம் (Xerox copies) என்று பொருள். ஆனால் அவர்களின் சிந்தனையைத் தூண்டும் போதுதான் புதிய புதிய மனிதர்களை உலகுக்கு நாம் தருகிறோம் என்று பொருள். ஆசிரியர் என்பவர் வெறும் கற்றுச்சொல்லி அல்லர். ஒருவிதத்தில் அவரும் ஒரு படைப்பாளியாவார்.

மாணவர்களுக்குச் சொல்லிக் கொடுப்பது மட்டுமன்று, மாணவர்களைக் கண்டறிவதே ஆசிரியப் பெருந்தொழிலின் அடிப்படைச் சாரம். ஒவ்வொரு மாணவரிடமும் ஒவ்வொரு விதமான திறமை மறைந்தும், பொதிந்தும் இருக்கக் கூடும். அவற்றைக் கண்டுபிடித்து வெளிக்கொண்டு வருவதன் மூலம், அம்மாணவனுக்கும், சமூகத்திற்கும் ஓர் ஆசிரியரால் பல நன்மைகளைச் செய்ய முடியும். எந்த ஒரு மாணவனையும், அவனிடம் உள்ள திறமைக்காகப் பாராட்டும் போது, அவன் பெறும் மகிழ்ச்சியால் அத்திறமை மேலும் கூடுகிறது. பாராட்டிற்கு ஏங்காத மனிதர்களே உலகில் இல்லை என்பதுதான்

உண்மை. எனவே உரிய பாராட்டும், சரியான வழிகாட்டுதலும் அந்த மாணவருக்கு வழங்கப்பட வேண்டும். அதுவும் ஆசிரியரின் கடமைகளில் ஒன்றாகவே கருதப்பட வேண்டும்.

மூன்றாவது தகுதி, மாணவர்களோடு ஆசிரியர் ஒரு சக பயணியாய்த் தன்னைத் தகவமைத்துக் கொள்ள வேண்டும் என்பது. ஆசிரியர்கள் என்றால் அனைத்தும் அறிந்தவர்கள் என்றோ, மாணவர்கள் என்றால் ஏதும் அறியாதவர்கள் என்றோ பொருள் இல்லை. கூர்ந்து நோக்கினால், எல்லோரும் மாணவர்களே. கற்றுக் கொள்வோர் மாணவர்கள் என்றால், வாழ்வின் இறுதிவரை நாம் கற்றுக்கொள்ள எத்தனையோ செய்திகள் உள்ளன. அப்படியானால் நாம் அனைவரும் மாணவர்களாகத்தானே இருக்க முடியும். ஒரே ஒரு சிறிய வேறுபாட்டை வேண்டுமானால் நாம் குறிப்பிடலாம். ஆசிரியர்கள் என்போர் மூத்த மாணவர்கள் என்றும், மாணவர்கள் என்போர் இளைய மாணவர்கள் என்றும் நாம் கூறலாம். ஆகவே நாம் மாணவர்களுக்குச் சொல்லிக் கொடுக்கிறோம் என்பதைவிட, மாணவர்களோடு சேர்ந்து மீண்டும் கற்கிறோம் என்னும் எண்ணமே நம் சிந்தையில் மேலோங்கி நிற்க வேண்டும். இந்நிலையைத்தான் சக பயணியாய் அமைவது என்று குறிப்பிடுகின்றனர்.

இவை மூன்றும் அடிப்படைத் தகுதிகள். இன்னும் பல தகுதிகளையும் ஆசிரியப் பெருமக்கள் நாளும் வளர்த்துக் கொள்ள வேண்டும் என்பதே அறிஞர்களின் விருப்பம். அதற்காகத்தான் வேறு எந்தத் துறையினருக்கும் கிடைக்காத, கிடைக்க முடியாத பல வாய்ப்புகள் ஆசிரியர்களுக்கு வழங்கப்பட்டுள்ளன. வேறு எந்தத் தொழிலிலும் வேலை நேரம் இவ்வளவு துல்லியமாய் வரையறுக்கப்படுவதில்லை. நூலகங்களில் தம் நேரத்தை வேறு எவரும், ஆசிரியர்களைப் போலக் கூடுதல் நேரம் செலவழிக்க வாய்ப்பு இருப்பதில்லை. ஊதியத்தோடு கூடிய கோடை விடுமுறை ஆசிரியர்களைத் தவிர வேறு யாருக்குக் கிடைக்கும்?

இத்தனை வாய்ப்புகளும் வழங்கப்படுவதற்கான ஒரே நோக்கம், அவர்களின் வளர்ச்சி நாட்டின் வளர்ச்சி என்று

கருதப்படுவதால்தான். இந்த ஆண்டு மாணவர்கள் விடை பெற்றுச் சென்று விட்டனர், புதிய ஆண்டில் அடுத்த தலைமுறை உள்ளே வருகிறது. அவர்களுக்கு ஏற்ற வகையில் தம்மைத் தாமே தயார் செய்து கொள்வதற்குத்தான் கோடை விடுமுறை ஆசிரியர்களுக்கும் சேர்த்தே விடப்படுகிறது. அந்த விடுமுறை கோடையின் கொடுமைக்கானது மட்டுமன்று, அறிவின் தாகத்திற்குமானது.

பகுத்தறிவும் மூடநம்பிக்கையும்

இந்த மனிதனால் ஓர் அற்பப் புழுவைக் கூடப் படைக்க முடியாது. ஆனால் கணக்கற்ற கடவுள்களைப் படைத்து விடுகிறான். அதன் வழி ஆயிரம் ஆயிரம் மூடநம்பிக்கைகளையும் பெற்றுக் கொள்கிறான்.

அறிவியல் உலகத்திலும், அறிவியல் யுகத்திலும் நாம் வாழ்கிறோம் என்றாலும், மூட நம்பிக்கைகளின் முடை நாற்றம் இன்னும் தொடர்ந்து வீசிக்கொண்டேதான் இருக்கிறது. பள்ளிகள் சொல்வதைவிட, பல்லிகள் சொல்வதைத்தான் நாம் அதிகம் நம்புகிறோம் என்கிறார் கவிஞர் வேழவேந்தன். அவர் எழுதியுள்ள வெற்றிக்கு ஒரு முற்றுகை என்னும் நூலில் இதுபோன்ற இன்னும் பல அரிய கருத்துகளை நம்மால் பார்க்க முடிகிறது.

25 கட்டுரைகளைக் கொண்ட வெற்றிக்கு ஒரு முற்றுகை உலகின் பல்வேறு பொருள்களைப் பற்றிப் பேசுகிறது. பண்பு, கடமை, எளிமை, சொல்வன்மை, பெண்ணியம், இலக்கியம் எனப் பற்பல பேசும் அப்புத்தகம், மூடத்தனத்தின் முடை நாற்றம் என்னும் கட்டுரை ஒன்றையும் தன்னுள் கொண்டுள்ளது. கட்டுரைகளுக்கென ஒரு தனி வடிவத்தை வேழவேந்தன் அமைத்துக்

கொண்டிருக்கிறார். ஆங்காங்கு நடந்த சில நிகழ்ச்சிகள், அரிய மேற்கோள்கள், இனிய கவிதை வரிகள் எனப் பலவற்றையும் கலந்து, தான் சொல்ல நினைக்கும் செய்திகளை, எளிமையாய், ஆற்றொழுக்காய் அவரால் சொல்ல முடிகிறது.

மூடத்தனத்திற்கு எடுத்துக் காட்டாய் இரண்டு நிகழ்வுகளை அவர் தந்திருக்கிறார். இரண்டுமே கற்பனைகள் அல்ல. ஆனால் கற்பனைக்கும் எட்டாத கொடுமைகளாய் அவைகள் உள்ளன. தருமபுரி மாவட்டத்தில் ஜொல்லன் கொட்டாய் என்று ஓர் ஊர் இருக்கிறது. அந்த ஊரைச் சார்ந்த பரிமளா என்னும் பெண், தான் பெற்ற ஆண் குழந்தையைக் கொன்றுவிட்டாள் என்னும் செய்தியை எல்லா நாளேடுகளும் வெளியிட்டிருந்தன. என்ன காரணம் என்பதை அறிந்தவர்கள் எவரும் அதிர்ச்சிக்கு உள்ளாகாமல் இருக்க முடியாது. தன் குழந்தை எப்போதும் தன் இடது விரல்களை வாயில் வைத்துச் சூப்பியதாகவும், அதனைத் தடுக்க எவ்வளவோ முயன்றும் முடியவில்லை என்றும் அந்தப் பெண் கூறினாள். அதனால் என்ன என்றுதான் நமக்குத் தோன்றும். அந்தப் பெண்ணிற்கோ அது தொடர்பான விளைவுகள் வேறுமாதிரியாகச் சொல்லப்பட்டிருக்கின்றன. ஆண் குழந்தை இடது கை விரலைச் சூப்பினால், குழந்தையின் தந்தை இறந்து போய்விடுவார் என்னும் மூட நம்பிக்கைச் செய்தியை அந்தப் பெண் நம்பியிருக்கிறாள். தன் கணவனுக்கு ஏதும் ஆகிவிடக்கூடாது என்னும் கவலையில், தன் நெஞ்சைக் கல்லாக்கிக் கொண்டு, தன் குழந்தையைத் தானே கொன்று விட்டதாய் அந்தப் பெண் வாக்குமூலம் கொடுத்திருக்கிறாள்.

எத்தனை கொடியது மூடநம்பிக்கை என்பதை இந்த நிகழ்ச்சி காட்டுகிறது. இதைப் போல இன்னொரு உண்மை நிகழ்வையும் நூலாசியர் எடுத்துக் காட்டுகின்றார்.

ஆப்பிரிக்கக் கண்டத்தின் உகாண்டா நாட்டில் ஒரு தேவாலயத்தில் நடைபெற்ற நிகழ்ச்சி அது. மூடநம்பிக்கைகளின் மொத்த உருவமாய்த் திகழ்ந்த ஒரு பாதிரியார், மக்களிடையேயும் அவற்றைத் தொடர்ந்து பரப்பியிருக்கிறார். இறைவனை ஜெபித்த படியே தேவாலயத்திற்குள் இறந்து போனால் நேரடியாகக் கடவுளிடம் போய் விடலாம் என்பது அவர் கற்பித்த செய்தி.

இதனை 'டும் ஸ்டே' என்னும் பழமைவாதப் பிரிவினைச் சேர்ந்த ஒரு குழுவினர் அப்படியே நம்பி இருக்கிறார்கள். அதன் விளைவாக, ஒரு நாள் ஆண்களும், பெண்களும், குழந்தை களுமாக ஏறத்தாழ ஐநூறு பேர், தேவாலயத்திற்குள் தங்களைத் தாங்களே வைத்துப் பூட்டிக்கொண்டு, இறைவனை ஜெபித்த படியே அந்த தேவாலயத்திற்குத் தீமூட்டி விட்டனர். அதே இடத்தில் அனைவரும் கரிக்கட்டைகளாக ஆகிப்போன செய்தியை உலகமே கண்டு இரங்கிற்று.

மேலே குறிப்பிடப்பெற்றுள்ள இரண்டு நிகழ்வுகளும் வேறு வேறு ஆண்டுகளில், வேறு வேறு நாடுகளில் நடைபெற்றவை. இவர்களின் மதம் வேறு, அவர்களின் மதம் வேறு. ஆனால் மூடநம்பிக்கை என்பது மட்டும் இரண்டு நிகழ்வுகளிலும் பொதுவாக இருப்பதை நாம் பார்க்கிறோம். எனவே இந்த நாட்டில்தான், இந்த மதத்தில்தான் மூடநம்பிக்கைகள் இருக்கின்றன என்று சொல்ல முடியாது. உலகம் முழுவதும் மூடத்தனங்களை நாம் பார்க்கிறோம். அளவில் வேண்டுமானால் கூடுதல், குறைவு என்று இருக்கக் கூடும். ஆதலால் விழிப்புணர்வும், பகுத்தறிவும் உலகம் முழுவதும் இன்றைய தேவையாய் இருக்கிறது என்பதை மறுக்க முடியாது.

சில நல்ல மேற்கோள்களையும் ஆசிரியர் எடுத்தாண்டி ருக்கிறார். 'பக்தி வந்தால் புத்தி போகும்' என்று தந்தை பெரியார் சொன்னதற்கு தகுந்த உவமைகள் இவை என்கிறார். 'இந்த மனிதனால் ஓர் அற்பப் புழுவைக் கூடப் படைக்க முடியாது. ஆனால் கணக்கற்ற கடவுள்களைப் படைத்து விடுகிறான். அதன் வழி ஆயிரம் ஆயிரம் மூடநம்பிக்கைகளையும் பெற்றுக் கொள்கிறான்' என்னும் அறிஞர் மாண்டெய்ன் கருத்தையும் எடுத்துக் காட்டுகிறார். 'சாணிக்குப் பொட்டிட்டுச் சாமி என்போர் கொள்கை'யை எள்ளி நகையாடும் இனமானக் கவிஞர் பாரதிதாசன் பாட்டு வரிகளோடுதான் கட்டுரையை அவர் தொடங்குகிறார்.

கட்டுரையின் முடிவில் வால்டேரின் கருத்து நமக்கு வழங்கப்படுகிறது. அவர் உயிர் பிரியும் தருணத்தில், 'உங்களுக்குக் கடைசி விருப்பம் ஏதேனும் இருக்கிறதா?' என்று ஒரு பாதிரியார் கேட்டிருக்கிறார். உடனே வால்டேர், 'நான் இறக்கும் வேளையில் என் இரண்டு பக்கங்களிலும், இரண்டு

பாதிரியார்கள் இருப்பதுபோலப் பார்த்துக் கொள்ளுங்கள்' என்று கூறியிருக்கிறார். எதற்காக என்று பலருக்கும் விளங்கவில்லை. பிறகு நண்பர்கள் மெதுவாக அவரிடம் விளக்கம் கேட்டிருக்கிறார்கள். அவர் சிரித்தபடியே, 'வேறொன்றும் இல்லை, ஏசு பிரான் சாகும்போது, அவர் அருகில் இரண்டு பொய்யர்கள் இருந்தார்கள் என்று படித்திருக்கிறேன். எனக்கும் அந்தப் பெருமை வாய்க்கட்டுமே என்பதற்காகத்தான்' என்று கூறியிருக்கிறார்.

உலகம் முழுவதும் மூடநம்பிக்கைகள் இருப்பது போல, உலகம் முழுவதும் பகுத்தறிவும் இருந்துகொண்டேதான் இருக்கிறது. 'என்று நீ, அன்று நான்' என்பதாகத்தான் உலக வரலாறு இருக்கிறது. இரண்டுக்குமான போராட்டங்கள் இன்றுவரை ஓயவில்லை.

சில ஆண்டுகளுக்கு முன்பு, காரைக்குடியில் நடைபெற்ற புத்தகக் கண்காட்சித் தொடக்க விழாவில், தொடக்க உரையாற்றிய எழுத்தாளர் ஜெயகாந்தனிடம், 'மூடநம்பிக்கை என்றால் என்ன?' என்று ஒரு கேள்வியை மாணவர் ஒருவர் கேட்டார். எதிரில் இருந்த என்னைப் பார்த்தபடியே, 'நம்ப வேண்டியவைகளை நம்பாமல் இருப்பதுதான் மூடத்தனம்' என்று விடை சொன்னார். ஒரு சிறந்த சிந்தனையாளரிடமிருந்து அப்படி ஒரு விடையை நான் எதிர்பார்க்கவில்லை. பகுத்தறிவுக்கும், மூடநம்பிக்கைக்கும் இடையில் மோதல்களைத் தவிர்க்க முடியாதுதானே!

உண்ணாவிரதம்

உண்ணாவிரதப் போராட்டத்தில் இன்னொரு விதமான சிக்கலும் இருக்கவே செய்கிறது. எதிர் எதிர் கோரிக்கைகளுக்காக, இருவர் அல்லது இரு அணியினர் சாகும்வரை உண்ணாவிரதம் இருப்பார்கள் எனில், யாரைக் காப்பாற்றுவது என்னும் பெரும் குழப்பம் ஏற்படும்.

தந்தை பெரியாரும், அண்ணல் காந்தியடிகளும் ஒரு குறிப்பிட்ட போராட்ட முறையில் முற்றிலுமாக வேறுபட்டு நின்றார்கள். இருவரும் பல்வேறு போராட்டங்களில் ஈடுபட்டவர்கள். எனினும் உண்ணாவிரதப் போராட்டம் குறித்த கருத்தில், இரு துருவங்களாக இருவரும் இருந்தனர்.

காந்தியடிகள் உண்ணாவிரதம் என்பதைப் போராட்டத்தின் மிகப்பெரிய ஆயுதமாகக் கருதினார். பெரியாரோ, அதனை ஒரு நாளும் போராட்ட வடிவமாகக் கூட ஏற்றுக் கொண்டதில்லை. அது ஒருவிதமான சண்டித்தனம் என்பதே பெரியாரின் கருத்தாக இருந்தது.

துப்பாக்கி, பீரங்கி உள்ளிட்ட நவீன ஆயுதங்கள் பலவற்றைக் கையாண்ட வெள்ளையர்களின் முன்பு, உண்ணாவிரதத்தை எதிர் ஆயுதமாகப் பயன்படுத்தியவர் காந்தியார். அந்த ஆயுதத்திற்கு வெள்ளையர்களே கூடச் சில வேளைகளில் அஞ்சினர் என்பது உண்மை. வெறும் ஒருநாள், இருநாள் ஊண்ணாவிரதப் போராட்டமாக இல்லாமல், தன் வாழ்நாளில் பலமுறை சாகும்வரை உண்ணாவிரதப் போராட்டத்தை மேற்கொண்டவர் அவர். இந்திய விடுதலைக்குப் பிறகும் கூட அந்தப் போராட்டத்தை அவர் மேற்கொண்டிருக்கிறார்.

எந்தத் தருணத்திலும் பெரியார் உண்ணாவிரதம் இருந்ததில்லை. அப்படி ஒரு போராட்டம் இருக்கவும் கூடாது என அவர் எதிர்த்தார். அவரைப் பின்பற்றும் எங்களைப் போன்ற சிலர் கூட, சில வேளைகளில் அதனை மேற்கொள்கின்றோம். அதனைப் பெரிய போராட்ட வடிவமாகக் கருதி அதில் ஈடுபடுகின்றோம் என்று சொல்லமுடியாது. எனினும் அதனை ஒருவிதமான கவனஈர்ப்பு என்று கருதி ஏற்ற நேரங்கள் உண்டு. காலையில் இருந்து மாலை வரை, ஒரு குறிப்பிட்ட இடத்தில் நூறு இருநூறு பேர் உண்ணாவிரதப் போராட்டத்தை மேற் கொள்ளும்போது, அச்சாலை வழியாகப் போய் வருவோர் அதனைக் கவனிக்கின்றனர். அப்போராட்டம் எதற்காக என்று சிலரேனும் கேட்டுத் தெரிந்து கொள்கின்றனர். அதன் பிறகு, நாளேடுகள், தொலைக்காட்சிகள் மூலமாக அச்செய்தி பரவும் போது, மேலும் பல்லாயிரக்கணக்கானவர்களுக்கு உண்ணாவிரதம் இருந்தவர்களின் நோக்கம் கொண்டு செல்லப்படுகின்றது. இவ்வகையில் அப்போராட்டம் உலக மக்களின் கவனத்தைத் தன் பக்கம் கவரப் பயன்படுகிறது என்பது ஒரு கோணம்.

உண்ணாவிரதத்தில், ஒருநாள் உண்ணாவிரதம், தொடர் உண்ணாவிரதம், கோரிக்கை நிறைவேறும் வரை அல்லது சாகும்வரை உண்ணாவிரதம் என்று பலவகைகள் உண்டு. கூர்ந்து கவனித்தால், ஒருநாள் உண்ணாவிரதம் என்பது ஒரு போராட்டமே இல்லை என்றுதான் கூறவேண்டும். ஒருவேளை உணவு மட்டுமே அதில் மறுக்கப்படுகிறது. தொடர் உண்ணாவிரதம் என்பது, காந்தியாருக்கே தெரியாத புதுவகைப்

போராட்டம். இன்று ஓர் அணியும், நாளை ஓர் அணியும் என்று அணியணியாக ஒருநாள் உண்ணாவிரதம் இருப்பதைத்தான் நாம் தொடர் உண்ணாவிரதப் போராட்டம் என்கிறோம். ஒருவர் பசியை இன்னொருவர் ஒருநாளும் தொடரமுடியாது. எனவே இது ஒருவகையில் போலியான போராட்டமாகத்தான் முடிகிறது. எனவே கோரிக்கை நிறைவேறும் வரை போராட்டம் என்பது மட்டுமே சரியான வடிவம் எனக் கொள்ள முடியும்.

அந்த வடிவத்தையும் பெரியார் கடுமையாக எதிர்த்தார். ஒரு போராட்டம் என்றால் அதற்கான காரணங்களை விளக்கிச் சொல்லி, களத்தில் நின்று போராட வேண்டும். அவரே ஆர்ப்பாட்டம், மறியல், சட்ட எரிப்பு முதலான பல்வகைப் போராட்டங்களை நடத்தியிருக்கிறார். அதற்கான சிறைத் தண்டனையையும் பலமுறை ஏற்றிருக்கிறார். இப்படிப் போராடாமல், சாப்பிட மாட்டேன், சாப்பிட மாட்டேன் என்பது சண்டித்தனம் இல்லையா என்று கேட்பார் பெரியார். முன்வைக்கப்படும் கோரிக்கைகளுக்கான அழுத்தம் குறைந்து,

உண்ணாவிரதம் இருப்பவரின் உயிர் பற்றிய கவலையே அனைவருக்கும் ஏற்படும் என்றால், அது கோரிக்கை களுக்கு எவ்விதம் நியாயம் செய்யும் என்பது பெரியாரின் கேள்வி.

பெரியாரின் பார்வையின் படி, உண்ணாவிரதப் போராட் டம் வெற்றி பெறுவதும் தோல்வி அடைவதும், அது யாரை எதிர்த்து நடத்தப் படுகிறதோ அவர்களின் தன்மை யையும் பொறுத்தது. ஒரு சிறுவன் அல்லது சிறுமி, நான் இன்று முழுவதும் சாப்பிட மாட்டேன் என்று பிடிவாதம் பிடித்தால் பெற்றோர் அஞ்சுவர். பிள்ளையின் கோரிக்கையை

நிறைவேற்றிக் கொடுப்பர். ஆனால் ஊரிலுள்ள ஒரு பெரும் அரம்பனை (ரௌடி) எதிர்த்து ஒருவர் உண்ணாவிரதம் இருந்தால், அவன் அது குறித்துக் கவலைகொள்வான் என்று யாரேனும் எதிர்பார்க்க முடியுமா? எனவே யாரை எதிர்த்து இந்த ஆயுதத்தைப் பயன்படுத்த முடியும் என்பதும் இங்கு முதன்மையானதாக இருக்கிறது.

உண்ணாவிரதப் போராட்டத்தில் இன்னொரு விதமான சிக்கலும் இருக்கவே செய்கிறது. எதிர் எதிர் கோரிக்கை களுக்காக, இருவர் அல்லது இரு அணியினர் சாகும்வரை உண்ணாவிரதம் இருப்பார்கள் எனில், யாரைக் காப்பாற்றுவது என்னும் பெரும் குழப்பம் ஏற்படும். அந்த இடத்தில் எந்தக் கோரிக்கை நியாயமானது என்பதை விட, இருவரில் யாருடைய உயிர் மேன்மையானது என்று சிந்திக்க வேண்டிவரும். இது எந்த வகையிலும் கோரிக்கையிலுள்ள நியாயத்தை வெளிப்படுத்தாது. அண்மையில் நடைபெற்ற, இப்போதும் நடைபெற்றுக் கொண்டிருக்கிற தெலங்கானா போராட்டத்தை ஏற்ற எடுத்துக்காட்டாக நாம் கொள்ளலாம். தெலங்கானாவைப் பிரித்துக் கொடுக்காவிட்டால் சாகும்வரை உண்ணாவிரதம் இருப்போம் என்று ஒரு பிரிவினரும், பிரித்துக் கொடுத்தால் சாகும்வரை உண்ணாவிரதம் இருப்போம் என்று இன்னொரு பிரிவினரும் அறிவித்தபோது எவ்வளவு பெரிய குழப்பம் ஏற்பட்டது. தெலங்கானாவை ஏன் பிரிக்க வேண்டும், பிரிப்பதால் ஏற்படும் நன்மை தீமைகள் எவை என்பன குறித்தெல்லாம் எண்ணிப் பார்க்க வழியில்லாமல், யாரேனும் இறந்து போய் விடுவார்களோ என்கிற அச்சமே நாட்டைக் கவ்விக் கொண்டது. இப்போக்கு சரியானதன்று.

1932ஆம் ஆண்டு எரவாடா சிறையில், தாழ்த்தப் பட்டோருக்கு இரட்டை வாக்குரிமை அளிக்கக் கூடாது என்னும் கோரிக்கையை முன்வைத்து, காந்தியார் சாகும்வரை உண்ணாவிரதம் தொடங்கினார். அம்பேத்கரோ கண்டிப்பாக இரட்டை வாக்குரிமை வேண்டும் என்று வாதாடினார். ஆனாலும் உண்ணாவிரதம் தொடங்கி நான்கைந்து நாள்கள் ஆனபிறகு, இந்தியா முழுவதும் இருந்த மக்களின் கவலை, காந்தியாரின் உடல்நலம் பற்றியதாக ஆயிற்று. எல்லோரும் அம்பேத்கருக்கு

நெருக்கடி கொடுக்கத் தொடங்கினார்கள். வாக்குரிமை குறித்தெல்லாம் பிறகு பார்த்துக் கொள்ளலாம். காந்தியாரின் உயிரைக் காப்பாற்றுவதே முதல் கடமை என்னும் குரல் எங்கும் எழுந்தது. என்ன செய்வது என்ற குழப்பத்தில் ஆழ்ந்தார் அம்பேத்கர்.

அப்போது பெரியார் ஐரோப்பியப் பயணத்தில் இருந்தார். அங்கிருந்தே அம்பேத்கருக்கு ஒரு தந்தி கொடுத்தார். காந்தியாரின் உயிரைவிட, கோடிக்கணக்கான ஆதிதிராவிட மக்களின் உரிமையே பெரியது. உங்கள் கோரிக்கையை விட்டுக்கொடுத்து விடாதீர்கள் என்று அந்தத் தந்தியில் கேட்டுக்கொண்டிருந்தார். எனினும் இறுதியில், காந்தியாரின் உயிரைக் காப்பாற்றுவதற்காகத் தன் நியாயமான கோரிக்கையை விட்டுக் கொடுக்க வேண்டிய கட்டாயமே அம்பேத்கருக்கு நேர்ந்தது.

இவற்றை எல்லாம் ஒருங்கிணைத்து எண்ணிப் பார்க்கும் போது, பெரியார் சொன்னபடி உண்ணாவிரதம் என்பதை ஒரு சண்டித்தனம் என்பதாகத்தான் புரிந்துகொள்ள முடிகிறது. அதிலும் அண்மைக் காலமாக நடந்து கொண்டிருக்கும் உண்ணாவிரதங்கள் இந்த எண்ணத்தை வலிமைப்படுத்தவே செய்கின்றன. ஊழலை, லஞ்சத்தை, கருப்புப் பணத்தை எல்லாம் உண்ணாவிரதம் இருந்து ஒழித்துவிட முடியும் என்பது கேலிக்கூத்தாகத்தான் இருக்கிறது. லஞ்சம் போன்றவைகள் வெறும் சட்டப் பிரச்சினைகள் அல்ல. அவை சமூகப் பொருளாதாரக் குறைபாடுகளை அடித்தளமாகக் கொண்டவை. சமூகத்தில் உள்ள பல்வேறு விதமான ஏற்றத்தாழ்வுகள் குறித்து எந்தப் பார்வையும், சமூக அக்கறையும் இல்லாமல், இந்த சமூகத்தை அப்படியே வைத்துக்கொண்டு, லஞ்சத்தை மட்டும் ஒழித்து விடுவது என்பது வெறும் கற்பனா வாதமே. அதுதான் இன்று நடைபெற்றுக் கொண்டிருக்கிறது.

எனினும் ஒரு உண்மையை இங்கு நாம் பதிவு செய்ய வேண்டும். காந்தியார் தன் உண்ணாவிரதப் போராட்டங்களில் மிக நேர்மையாகவும், அஞ்சாத நெஞ்சோடும் நடந்து கொண்டார். வெள்ளையர்களின் இராணுவமே சுற்றுச்சூழ நின்றாலும், அது குறித்துக் கவலை கொள்ளாமல், ஏற்ற பணியில் என்றும் இளகாமல் நின்றார். அவர் ஒருநாளும் பெண்களின் உடைகளை அணிந்துகொண்டோ, உண்ணாவிரதப் பந்தலில் இருந்து கீழே குதித்தோ ஓடி ஒளிந்ததில்லை.

பசவண்ணர்

ஆணும், பெண்ணும் எல்லாவிதத்திலும் சமமானவர்களே என்பதைப் பசவண்ணர் வலியுறுத்தினார். 800 ஆண்டுகளுக்கு முன்பே, கைம்பெண் மறுமணத்தை முன்மொழிந்த புரட்சியாளர் அவர்.

மதுவரசன் என்னும் பார்ப்பனரின் மகளும், ஹரளய்யா என்னும் தாழ்த்தப்பட்டவரின் மகனும் காதலித்தனர். அவர்களின் காதலை ஏற்றுக்கொண்டு பெற்றோர் அவர்களுக்கு மணமுடித்தனர். வெகுண்டு எழுந்தது வைதீக உலகம். கல்யாணபுரி மன்னரிடம் சென்று, நடந்ததைக் கூறி, கோபக்கனலைக் கொட்டினர். மன்னர் அவர்கள் அனைவரையும் அரசவைக்கு அழைத்து, மிகக் கடுமையான சொற்களால் சாடினார். அதன் பிறகு அவர் கொடுத்த கொடூரமான தண்டனை என்ன தெரியுமா? அனைவரது கண்களையும் குத்தீட்டிகளைச் கொண்டு பறிக்கச் செய்தார். பின்னர் அவர்களை யானையின் கால்களில் கட்டித் தெருவெங்கும் இழுத்துவரக் கூறினார். அடிபட்டு, மிதிபட்டு வலிதாங்காமல் கதறிக் கதறி அனைவரும் இறந்து போனார்கள்.

ஏறத்தாழ 800 ஆண்டுகளுக்கு முன்னால் நடந்த கொடுமை இது. அந்த இளம் காதலர்களுக்குத் திருமணம் செய்து வைத்தவரும், அவர்கள் கொல்லப்பட்டபின் அவர்களுக்காகக் குரல் எழுப்பி, மக்களைத் திரட்டி அம்மன்னர் படுகொலை செய்யப்படுவதற்கும் காரணமாக இருந்தவர் மாமனிதர் பசவண்ணர்.

கி.பி. 1131இல், கர்நாடகம் பீஜப்பூர் மாவட்டத்தில் பிறந்த பசவர், இளம் வயதிலேயே பெற்றோர்களை இழந்தவர். தன் தாய்வழிப் பாட்டியின் வீட்டில் அவர் வளர்ந்தார். அந்தக் காலத்திலேயே முற்போக்கு எண்ணமுடையவராக இருந்த அவருடைய பாட்டி, அந்தச் சிந்தனைகளைத் தன் பேரனுக்கும் ஊட்டினார்.

எட்டாவது வயதில் அவருக்குப் பூணூல் மாட்டும் நிகழ்வுக்கான ஏற்பாடுகள் நடைபெற்றன. கடைசி நிமிடத்தில் பூணூல் மாட்டிக் கொள்ள அவர் மறுத்துவிட்டார். இந்த நூல் ஏன் எல்லோருக்கும் அணிவிக்கப்படுவதில்லை? மனிதர்களுக்குள் ஏற்றத்தாழ்வினை உருவாக்கும் இதனை நான் அணிய மாட்டேன் என்று அவர் பிடிவாதம் பிடித்தபோது, உற்றாரும் மற்றவர்களும் அவரை அடிப்பதற்காக ஓடிவந்தார்கள். ஆனால் அவருடைய தாய்மாமனான பலதேவர் மட்டும் அவருக்கு ஆதரவாக நின்றார். பலதேவரின் சொல்லுக்கு அனைவரும் பணிந்தார்கள். அதற்குக் காரணம் அவர் கல்யாணபுரி என்னும் அந்நாட்டின் அமைச்சர்.

அறிவுக் கூர்மையும், சிறந்த பண்பாடும் உடையவராக வளர்ந்த பசவண்ணரைப் பலதேவரே தன் பொறுப்பில் வளர்த்து, தன் மகளையே திருமணமும் செய்து வைத்தார். இருவருக்கும் ஓர் ஆண் குழந்தையும் பிறந்தது.

அந்த பசவண்ணர் தொடங்கிய பேரியக்கம்தான் வீரசைவம். இன்றும் கர்நாடகப் பகுதியில் மக்கள் ஆதரவுடன் விளங்கும் அவ்வியக்கம், 12ஆம் நூற்றாண்டின் புரட்சிகர இயக்கம் என்றே கூறலாம். லிங்க வழிபாடு என்னும் ஒன்றைத் தவிர பிற எல்லா வகையிலும் பகுத்தறிவுச் சிந்தனையும், சமூக நீதிக் கோட்பாடும் கொண்டதாக வீரசைவம் அமைந்திருந்தது.

வீரசைவர்களாக மாறியவர்கள், சாதிய எண்ணத்தை முற்றிலுமாகத் துடைத்து எறிந்து விட வேண்டும் என்பதே முதல் நிபந்தனை. சாதியையும், அதன் கொடூரமான வடிவமாகிய தீண்டாமையையும் எதிர்த்துப் போராடுவதே வீர சைவத்தின் அடிப்படை நோக்கமாக இருந்தது. புரோகித மறுப்பு, சடங்கு சாங்கியங்கள் மறுப்பு ஆகியனவற்றில் வீரசைவர்கள் உறுதியாக இருந்தனர்.

ஆணும், பெண்ணும் எல்லாவிதத்திலும் சமமானவர்களே என்பதை பசவண்ணர் வலியுறுத்தினார். 800 ஆண்டுகளுக்கு முன்பே, கைம்பெண் மறுமணத்தை முன்மொழிந்த புரட்சியாளர் அவர். அதனால்தான் தந்தை பெரியாரும், அண்ணல் காந்தியடிகளும் அவரைப் போற்றிப் புகழ்ந்தனர்.

வர்ணாசிரமத்திற்கு எதிராக எழுந்த அவ்வியக்கம், பிற்காலத்தில் இன்னொரு மதமாக மாறிப் போய்விட்டது என்பதென்னவோ உண்மைதான். எனினும் அவர் காலம் வரை அது தன் நோக்கத்திற்கு ஏற்பவே செயல்பட்டு வந்தது.

திடீரென்று பலதேவர் மரணமடைந்துவிட, கல்யாணபுரியின் மன்னர், பசவண்ணரை அமைச்சராக நியமித்தார். மாதம் 600 பொற்காசுகள் அவருக்கு ஊதியமாக வழங்கப்பட்டது. தொடக்கத்தில், பசவரின் அற உரைகளைக் கேட்கும் மனம் உடையவராகவே மன்னர் இருந்தார். எனினும் காலப்போக்கில் வைதீகர்கள் அவருடைய மனத்தை மாற்றி விட்டனர். அதன் விளைவாகத்தான், மதுவரசன் குடும்பத்தினருக்கும், ஹரளய்யா குடும்பத்தினருக்கும் அப்படி ஒரு ஈவு இரக்கமற்ற தண்டனையை மன்னர் வழங்கினார்.

தண்டனைகளுக்கு எப்போதும் இரண்டு நோக்கங்கள் உண்டு என்று கூறுவார்கள். தவறு செய்தவர்களைத் தண்டிப்பது முதல் நோக்கமென்றால், மற்றவர்கள் அதே தவற்றைச் செய்யாமல் அச்சுறுத்துவது இன்னொரு நோக்கம். காதலிப்பதும், மணமுடிப்பதும் தவறா என்பது வேறு விவாதம். ஆனால் அன்றைய சட்டமும், சமூகமும் அப்படித்தான் கூறின. அதனால்தான் மன்னர் அவ்வழி நடந்தார். இனிமேல்

வருணாசிரம அடுக்கு எந்த விதத்திலும் சிதையாமல் பார்த்துக் கொள்ள வேண்டும் என்ற நோக்கத்தில், மற்றவர்களையும் அச்சுறுத்தும் விதத்தில் அப்படிப்பட்ட தண்டனைகள் விதிக்கப்பட்டன.

தண்டனை நிறைவேற்றப்படுவதற்கு முன்பு, அதைத் தடுத்து நிறுத்த பசவண்ணர் பலவழிகளிலும் முயன்றார். மன்னரிடம் நேரிடையாக உரையாடி நியாயங்களை எடுத்து வைத்தார். எதுவும் மன்னர் காதில் விழவில்லை. தண்டனை நிறைவேற்றப்பட்டது.

பசவண்ணர் அமைச்சர் பொறுப்பில் இருந்து விலகினார். மக்கள் மன்றத்திற்குச் சென்றார். அவருடைய குரலுக்கு ஆதரவு பெருகிற்று. அச்சப்படுவதற்குப் பதிலாக மக்கள் ஆவேசம் கொண்டனர். எந்தத் தண்டனைக்கும் நாங்கள் அஞ்சமாட்டோம் என்று கூறி, நாடே கொதித்து எழுந்தது. அமைதி வீற்றிருந்த நாட்டில் ஆர்ப்பாட்டம் குடிகொண்டது. மக்களின் எழுச்சிக்கு முன்பு எல்லா ஒடுக்குமுறைகளும் தோற்றுப்போயின. பிற்போக்குவாதிகளின் சொல்கேட்டுத் தான் சுயம் இழந்ததை மன்னர் உணர்ந்தார். ஆனாலும் அதற்குள் அனைத்தும் அவரது கையை மீறிப்போய்விட்டன.

மக்கள் போராடத்தை எப்படி ஒடுக்குவது என்னும் சிந்தனையில் இருந்து விடுபட்டு, தன்னை எப்படிக் காத்துக் கொள்ளுவது என்னும் கவலைக்கு மன்னர் ஆளானார். யாருக்கும் தெரியாமல் தப்பி ஓடும்போது, மக்கள் கூட்டத்தால் கொல்லப்பட்டார். வர்ணாசிரமக் கொடுங்கோன்மைக்கு, அந்தக் குடும்பங்கள் மட்டுமின்றி, மன்னரும் பலியானார். இந்த நிகழ்ச்சி ஒருவிதத்தில், பிற்காலத்தில் நடைபெற்ற பிரெஞ்சுப் புரட்சியையும் நமக்கு நினைவுபடுத்துகிறது.

வெற்றிடத்தைக் காற்று நிரப்பும் என்பார்கள். காலந்தோறும் புரட்சியாளர்களை வரலாறு உருவாக்கிக் கொள்கிறது. 12ஆம் நூற்றாண்டில் வாழ்ந்த புரட்சியாளர் பசவண்ணரை நாம் ஒவ்வொருவரும் அறிந்து கொள்ள வேண்டும்.

புதியதோர் உலகு செய்வோம்

தான் வாழும் சமூகத்தை, சமூகத்தில் வாழும் மக்களை, மக்களின் பண்பாட்டை, இந்த உலகத்தை, இந்த வாழ்க்கையை நேசிக்கும் காரணத்தினாலேதான், அனைவரும் மகிழ்ச்சி யோடு இருக்க வேண்டும் என்பதற்காக, மகிழ்ச்சிக்காகவும், அமைதிக்காகவும் புரட்சி யாளர்கள் போராடுகிறார்கள்.

'புதியதோர் உலகு செய்வோம்' என்பது புரட்சிக் கவிஞர் பாரதிதாசன் எழுதிய ஒரு கவிதையினுடைய தலைப்பு. அந்தக் கவிதை யினுடைய முதல்வரி.

ஆனால் இந்த வரி, இத்தனை ஆண்டு களுக்குப் பிறகும் புத்தம் புதிதாய் இன்றைக்கும் புது ஊக்கம் தருவதாய் அமைந்திருக்கிறது. அதன் மூலம் அந்தக் கவிதையினுடைய வலிமையின் ஆழத்தை நம்மால் உணர முடிகிறது.

'புதியதோர் உலகு செய்வோம்' என்கிற கவிதை, ஒரு சின்னஞ்சிறிய கவிதைதான். ஆனால் மிகுந்த நம்பிக்கையைத் தருகிற கவிதை. புதியதோர் உலகுசெய்வோம், கெட்ட போரிடும் உலகத்தை வேரொடு சாய்ப்போம் என்று அந்தக் கவிதைத் தொடங்கும். அது எழுதப்பெற்று

ஏறத்தாழ 75 ஆண்டுகள் ஆகிவிட்டன. முக்கால் நூற்றாண்டு கடந்ததற்குப் பிறகும், இன்றைக்கு வருகிற இளைய தலைமுறைக்கும் கூட, ஒரு புதிய வேகத்தை அந்தக் கவிதை வரிகள் தருகின்றன.

1937ஆம் ஆண்டு நவம்பர் மாதம் ஜனசக்தி இதழில் வெளிவந்த கவிதை அது. ஜனசக்தி இதழ் தொடங்கப்பட்டது குறித்தும், அது எத்தனை போராட்டங்களுக்கு இடையில் நின்று நின்று வெளிவந்தது என்பது குறித்தும், மறைந்த ஜீவா அவர்கள் எழுதி இருக்கிறார்கள்.

1937இல் ஜனசக்தி என்கிற இதழை தொடங்குகின்றபோது அதற்கு மூன்று பெரியவர்கள் பொறுப்பில் இருந்திருக்கிறார்கள். அதனுடைய ஆசிரியராக இலக்கியத் தென்றல் ஜீவா. அதனுடைய நிதிப் பொறுப்புகளைக் கவனித்துக் கொள்பவராகத் தோழர் ராமமூர்த்தி. அதனுடைய அலுவலக நிர்வாகத்தைப் பார்த்துக் கொள்கிறவராக சீனிவாசராவ் என்று முப்பெரும் தலைவர்கள் ஜனசக்தியிலே பொறுப்பேற்று இருக்கிறார்கள்.

ஜீவாவையும், ராமமூர்த்தியையும் அறிந்த அளவிற்கு சீனிவாசராவை இன்றைய இளைய தலைமுறை அறிந்திருக்க வாய்ப்பு இல்லை. ஆனால் எந்தத் தலைவரைக் காட்டிலும் கூடுதலாகத் தியாகம் புரிந்த ஒருவராக சீனிவாசராவ் தமிழக வரலாற்றில் இடம் பிடிக்கத்தக்கவர்.

அவர் பிறந்த மாநிலம் இதுவன்று. அவருடைய தாய்மொழி தமிழன்று. சீனிவாசராவ் எங்கோ பிறந்திருந்தாலும், கீழைத் தஞ்சைப் பகுதியில், குறிப்பாகத் திருத்துறைப்பூண்டி பகுதியிலே அவர் பட்டபாடு... சாணிப்பாலும், சவுக்கடியும் என்றிருந்த கொடுமையை எதிர்த்து உழவர்களுக்காக அவர் செய்த தியாகம், வரலாற்றில் நெடியது. என்றென்றைக்கும் மறக்க முடியாதது.

ஜனசக்தி 1937 நவம்பர் மாதம் முதல் வாரத்தில், வார இதழாகத் தொடங்கப்படுகிறது. அப்படித் தொடங்கும் நேரத்தில் ராஜாஜி அவர்கள் சென்னைத் தலைமாகாணத்தின் கவர்னர் ஜெனரலாக, அதாவது முதல் அமைச்சராகப் பொறுப்பில் இருக்கிறார்.

அன்றைக்குப் பொதுவுடைமைக் கட்சித் தோழர்கள் எல்லோரும் காங்கிரசோடு மிக இணக்கமாக இருந்தார்கள். சமதர்ம சோசலிஸ்டுகள் என்ற பெயரில் காங்கிரசாராகவே இருந்தார்கள். எனவே ராஜாஜியினுடைய ஆட்சியிலே நம் இதழுக்கு எந்த ஒரு நெருக்கடியும் வராது என்கிற நினைப்பிலேதான் ஜனசக்தி தொடங்கப்பட்டது.

அந்த முதல் மூன்று இதழ்கள்தான் நவம்பர் மாதம் வெளிவந்தன. மூன்று இதழ்களோடு ஜனசக்தி நின்று போய்விட்டது. மூன்று இதழ்களிலும் ஒவ்வொரு கவிதை வெளியாயிற்று. அந்தக் கவிதைதான் ஜனசக்தி நின்றுபோவதற்கும் காரணமாக இருந்தது. முதல் இரண்டு இதழ்களில் ஜீவாவின் கவிதையே இடம்பெற்றது.

'சடசடவெனச் சரிந்த ஜார்' மன்னனைப் பற்றிய கவிதை முதல் இதழில்.

'காலுக்குச் செருப்புமில்லை

கால் வயிற்றுக் கூழுமில்லை

பாழுக்கு உழைத்தோமடா-தோழா

பசையற்றுப் போனோமடா'

என்று இன்றைக்கும் மிக அழுத்தமாகப் பாடப்பெறுகிற ஜீவாவின் கவிதை இரண்டாவது இதழில்.

'புதியதோர் உலகு செய்வோம்

கெட்ட போரிடும் உலகத்தை

வேரொடு சாய்ப்போம்

பொதுவுடைமைக் கொள்கை திசையெங்கும் சேர்ப்போம்

புனிதமோடதை எங்கள் உயிர் என்று காப்போம்'

என்று பாரதிதாசன் எழுதிய கவிதை மூன்றாவது இதழில். மூன்று இதழ்களிலும் தொடர்ந்து வீரிய மிக்க கவிதைகள் வெளிவந்த உடனே, அரசாங்கத்தினுடைய கவனம் ஜனசக்தி மீது திரும்பிற்று.

ராஜாஜிதானே, நமக்கு வேண்டியவர்தானே என்று நினைத்துக் கொண்டிருந்தார்கள்.

ராஜாஜி வேண்டியவராக இருக்கலாம். ஆனால் இந்தக் கோட்பாடு அவருக்கு நெருக்கமான கோட்பாடு இல்லை. அரசாங்கத்தினுடைய உளவுத்துறை நெருக்கிற்று. அச்சிட்டுக் கொடுத்தவர் சொல்லிவிட்டார், 'இனிமேல் என்னால் ஜனசக்தியை அச்சிடமுடியாது' என்று.

மூன்று இதழ்களோடு ஜனசக்தி நின்று போயிற்று. 1938ஆம் ஆண்டு சொந்தமாக அச்சு இயந்திரத்தை வாங்கி மறுபடியும் தொடங்கினார்கள் என்பது வேறுசெய்தி.

எனவே, ஜனசக்தியினுடைய மூன்றாவது இதழில் 37ஆம் ஆண்டு வெளிவந்த, 'புதியதோர் உலகு செய்வோம்' என்கிற அந்தக் கவிதை, எந்தக் கம்யூனிஸ்ட கவிஞனாலும் கூட பாட முடியாத அளவிற்கு மிக அழுத்தமான கவிதையாக இருந்தது. அந்தக் கவிதையினுடைய ஒவ்வொரு வரியிலும் ஓர் அழுத்தம், ஓர் ஆவேசம், பொதுவுடைமை உலகத்தை நோக்கிய ஒரு புறப்பாடு அனைத்தும் பொதிந்து கிடந்தன.

அந்தக் கவிதையைப் படிக்கிற போது அவர் பொதுவுடைமை இயக்கத்தினுடைய மிகப்பெரிய கவிஞராகத்தான் எதிர்காலத்தில் வளர்ந்திருப்பார் என்று எண்ணத்தோன்றும்.

ஆனால், திராவிட இயக்கத்தின் வீறுகொண்ட கவிஞராய் அவர் எதிர்காலத்தில் மலர்ந்தார். அதனால்தானோ என்னவோ, அவ்வளவு அழுத்தமாகப் பொதுவுடைமைக் கொள்கையைப் பாடிய பாரதிதாசனை, பொதுவுடைமைக் கட்சித் தோழர்கள், பின்னாளில் பாரதியைத் தூக்கிப் பிடித்த அளவிற்கு உயர்த்திப் பிடிக்கவில்லை. ஆனால் அந்தக் கவிதையைப் படிக்கிறபோது, பொதுவுடைமைக் கோட்பாட்டை எத்தனை எளிமையாய், அதே நேரத்தில் எத்தனை வீரியமாய் அவர் வெளிப்படுத்தி இருக்கிறார் என்பதைப் பார்க்க முடிகிறது.

' உணர்வெனும் கனலிடை அயர்வினை எரிப்போம்

ஒரு பொருள் தனியெனும் மனிதரைச் சிரிப்போம்'

என்று அடுத்த வரிகள் வருகின்றன.

ஏதேனும் ஒரு பொருளைத் தன்னுடையது என்று யாராவது சொன்னால் அவர்கள் நகைப்புக்கு உரியவர்கள் என்கிறார் பாரதிதாசன். இயற்கை தந்த எந்த ஒன்றும் தனி உடைமை ஆகாது என்று அழுத்தமாய்ச் சொல்லும்படி, அடுத்த வரிகளில்,

'இது எனது என்னுமோர் கொடுமையைத் தவிர்ப்போம்

இதயமெல்லாம் அன்பு நதியினில் நனைப்போம்'

என்கிறார். பொதுவுடைமைக் கொள்கைப்படி புரட்சியை வரவேற்கும் கவிஞர், உணர்வெனும் கனலிடைய அயர்வினை எரிப்போம் என்கிறார். சோம்பலை எதைக் கொண்டு எரிக்க முடியுமென்றால், உணர்விலிருந்து எழுகின்ற அந்த நெருப்பைக் கொண்டுதான் எரிக்க முடியும். அதே நேரத்தில் ஈரம் காயாமல், இதயமெல்லாம் அன்பு நதியினில் நனைப்போம் என்றும் எழுதுகிறார்.

அதற்கு அடிப்படைக் காரணம் ஒன்றுண்டு. சேகுவேராகூட தன்னுடைய கட்டுரையில் ஓர் இடத்தில் மிக அழுத்தமாக எழுதுவார், 'புரட்சி என்பதே அன்பினால்தான் கட்டப்பெற்று இருக்கிறது' என்று. அன்பெனும் உணர்வால்தான் புரட்சி கட்டப்பெற்றுள்ளது என்பது பலருக்குப் புதிராகவும், முரணாகவும் இருக்கலாம்.

ஆனால் அதில் புதிரும் இல்லை. முரணும் இல்லை. அதுதான் அடிப்படை உண்மை. புரட்சியாளர்களைவிட உலகத்தை நேசிக்கிறவர்கள் வேறு யாரும் இருக்க முடியாது.

தான் வாழும் சமூகத்தை, சமூகத்தில் வாழும் மக்களை, மக்களின் பண்பாட்டை, இந்த உலகத்தை, இந்த வாழ்க்கையை நேசிக்கும் காரணத்தினாலேதான், அனைவரும் மகிழ்ச்சியோடு இருக்க வேண்டும் என்பதற்காக, மகிழ்ச்சிக்காகவும், அமைதிக்காகவும் புரட்சியாளர்கள் போராடுகிறார்கள்.

'இயல்பொருள் பயன்பெற மறுத்திடில் பசிப்போம்

ஈவதுண்டாம் எனில் அனைவரும் புசிப்போம்'

என்று சொல்கின்ற அடுத்த வரிகளும் அழகு.

இயற்கையான பொருள்கள் விளையாமல் போகிற நேரத்திலே வேண்டுமானால் பசியோடு இருப்போம். மற்ற நேரங்களில் எல்லோரும் புசிப்போம். அதற்குக் கூட ஒரு நிபந்தனை உண்டு. ஈவதுண்டாம் எனில் அனைவரும் புசிப்போம் என்கிறார். உலகம் உண்ண உண், உடுத்த உடுத்து என்று சொல்லிக் கொடுத்தவர் பாரதிதாசன்.

அந்த உணர்ச்சிதான், இந்தப் பாட்டின் வரியிலும் 'ஈவதுண்டாம் எனில் அனைவரும் புசிப்போம்' என்று விரிகிறது.

போரினை ஒழிப்போம் என்று சொல்லாமல், கெட்ட போரிடும் உலகத்தை என்று அவர் சொல்லுகிற போது, போரே வேண்டாம் என்று சொல்லவில்லை. வர்க்கப்போரும், வர்ணப்போரும் தேவைப்படுகிறது என்பதை உணர்த்துகிறார். தேவையில்லாத போர்களை, கெட்ட போர்களை ஒழிப்போம் என்று சொல்லுகிறார்.

இந்தக் கவிதை ஒவ்வொருவரும் நெஞ்சில் நிறுத்தி வைத்துக்கொள்ள வேண்டிய அருமையான கவிதை.

தூத்துக்குடி - சில தகவல்கள்

ஆங்கிலேயர்களைவிட டச்சுக்காரர்களே மேல் என்று அங்கிருந்த பாளையக்காரர்கள் கருதினார்கள். வீரபாண்டியக் கட்டபொம்மன் போன்ற பாளையக்காரர்கள் எல்லாம் டச்சுக்காரர்களோடு ஒப்பந்தம் செய்து கொண்டார்கள். டச்சுக்காரர்களும் பாளையக்காரர்களும் ஒரு பக்கத்திலும், ஆங்கிலேயர்கள் இன்னொரு பக்கத்திலும் இருந்தார்கள்.

அயல் நாட்டிலிருந்து தமிழ்நாட்டிற்கு வருகை தந்த கால்டுவெல் ஒரு மிகச் சிறந்த மொழி அறிஞர் என்பதை நாம் அறிவோம்.

அதனைத் தாண்டி அவர் ஒரு வரலாற்று ஆசிரியராகவும் திகழ்ந்திருக்கிறார் என்பதை அவர் எழுதிய 'திருநெல்வேலி சரித்திரம்' என்ற புத்தகம் நமக்குக் காட்டுகிறது.

அந்தப் புத்தகத்திற்கு அவர் அடிப்படையாக வைத்திருந்த முதற்பெயர் 'தென்பாண்டித் திருநாடு' என்பதுதான். பிறகு குறிப்பாகவும், நேரிடையாகவும் விளக்கிவிட வேண்டும் என்று கருதியோ என்னவோ, அந்தத் தென்பாண்டித் திருநாடு அல்லது திருநெல்வேலி சரித்திரம் என்ற பெயரை அவர் சூட்டினார்.

அந்தப் புத்தகம் மறைந்த பேராசிரியர் சஞ்சீவி அவர்களாலும், அவருடைய துணைவியார் கிருஷ்ணா சஞ்சீவி அவர்களாலும் தமிழில் மொழியாக்கம் செய்யப்பட்டு இருக்கிறது.

புத்தகத்தின் தலைப்பு என்னவோ திருநெல்வேலி சரித்திரம் என்றிருந்தாலும், வெறும் திருநெல்வேலியைப் பற்றி மட்டுமல்லாமல், அந்தத் தென் மாவட்டங்களில் உள்ள பெரிய ஊர்களைப் பற்றிய பல செய்திகளையும் கூட கால்டுவெல் அதிலே தொகுத்துத் தந்திருக்கிறார்.

புன்னைக்காயல் பற்றி, இடையன்குடி பற்றி, இப்படிச் சின்ன சின்ன ஊர்களைப் பற்றிய செய்திகளும் அதிலே இருக்கின்றன.

புன்னைக்காயல் என்கிற பெயர் எப்படி வந்தது என்பதை அவர் தெளிவுபடுத்துகிறார். புன்னை என்றால் அது புன்னை மரத்தைக் குறிக்கும். காயல் என்பது கடல்வழி நீள்கிற ஒரு சிறிய பாதை. எனவே புன்னைக்காயல் என்று பெயராயிற்று என விளக்குகிறார். அதைப்போலவே அந்தப் புத்தகத்திலே தூத்துக்குடி பற்றிய வரலாற்றுச் செய்திகளும் நிறைய இருக்கின்றன. முதலில் அவர் ஒரு பெயர் விளக்கத்தைத் தருகிறார். தூத்துக்குடி என்ற அந்தப் பெயர் எப்படி அந்த ஊருக்கு வந்தது என்றால், பழைய கிணற்றைத் தூர்த்துவிட்டு புதிய புதிய கிணறுகளைத் தோண்டிக் கொள்கிற குடியினர் அவர்கள் என்பதன் அடையாளமாகத்தான் அப்பெயர் வந்திருக்கிறது. இன்றைக்குக் கூட தூத்துக்குடியிலே கிணறுகளைத் தூர்த்துவிடுகிற பழக்கமுண்டு என்று சொல்லுவார்கள்.

பழைய கிணறுகளை, அதாவது பயன்படாத கிணறுகளைத் தூர்த்துவிட்டுப் புதிய கிணறுகளைத் தோண்டிக்கொள்கிற ஒரு மரபை உடையவர்கள் என்பதனாலேதான், அவர்கள் தூத்துக்குடி மக்கள் என்று கருதப்பட்டனர்.

ஒரு காலம் வரையிலே தூத்துக்குடி என்பது சின்னக் கிராமமாகத்தான் இருந்தது. திருநெல்வேலிக்கு அருகிலே இருந்த முப்பது கிராமங்களில் ஒன்றாகத்தான் அது

கருதப்பட்டது. பிறகுதான், திருச்செந்தூர் புகழ்பெறுகிற போது அருகில் இருந்த தூத்துக்குடியும் ஒரு வணிக நகரமாக ஆயிற்று.

1532இல் போர்த்துகீசியர்கள் அந்த ஊரைக் கைப்பற்றிய பிறகு அது மெல்ல மெல்ல வளர்ச்சி அடைந்தது என்று கூறுகிறார். தூத்துக்குடி பற்றிய பல செய்திகளை, ஃபாதர் சேவியர் எழுதிய கடிதங்களில் இருந்து அவர் தொகுத்துத் தருகிறார். ஃபாதர் சேவியர் 1543இல் தூத்துக்குடி வந்தவர். அவர்தான் அந்த ஊரினுடைய பல வரலாற்றுச்செய்திகளைத் தன்னுடைய உதவியாளருக்குக் கடிதமாக எழுதி இருக்கிறார். அவற்றிலே இருந்து கால்டுவெல் எடுத்து, இந்தப் புத்தகத்திலே தந்து இருக்கிறார்.

1580 வரையில் அது ஒரு சின்ன ஊர்தான். 80இல் தான் அது நகரமாக்கப்பட்டது. 82லேதான் அங்கே முதல் கிறிஸ்துவ கோவில் கட்டப்பட்டது. இதற்கிடையில் 1544இல் நாயக்கர்களுக்கும், போர்த்துகீசியர்களுக்கும் இடையிலே ஒரு மோதலும் ஏற்பட்டு இருக்கிறது.

போர்த்துகீசியர்கள் தூத்துக்குடி என்ற அந்த நகரத்தை ஏன் தேர்ந்தெடுத்தார்கள் என்பதற்கும் கால்டுவெல் ஒரு நல்ல காரணத்தைச் சொல்கிறார்.

சோழநாட்டுக் கடற்கரையிலும், பாண்டி நாட்டுக் கடற் கரையிலும் ஒட்டுமொத்தமாகப் பார்த்தால் தூத்துக்குடி ஒன்றுதான் இயற்கையான துறைமுகம். இயல்பாகவே தீவுகளும், மணல் மேடுகளும் அதைப் பாதுகாத்தன. எனவே ஒரு இயற்கைத் துறைமுகத்தைத் தங்கள் கைவசம் வைத்துக் கொள்வது நல்லதுதான் என்று போர்த்துகீசியர்கள் கருதினார்கள்.

ஆனாலும் அந்தத் துறைமுகத்திற்கு பெரிய குறைபாடு ஒன்று இருந்தது. ஆழம் மிகக்குறைவான துறைமுகமாக அது இருந்தது. அதனால்தான் இன்றைக்கும் சேதுக்கால்வாய்த் திட்டம் பற்றி அங்கே நாம் பேசிக்கொண்டிருக்கிறோம்.

ஆழம் மிகக் குறைவாக இருந்த காரணத்தினாலே அறுபது டன் எடையுள்ள கப்பல்கள் மட்டும்தான் அங்கு நிற்க முடியும் என்பது அடுத்த செய்தி.

ஒரு கப்பலில் சரக்கு ஏற்றுவதற்கு அறுபது டன் எடை என்பது மிக மிகக் குறைவு. எனவே துறைமுகம் இயற்கைத் துறைமுகமாக இருந்தாலும், போக்குவரத்திற்கு அவர்களால் பெரிய அளவிலே பயன்படுத்திக்கொள்ள முடியவில்லை.

இருப்பினும் கூட அந்தத் துறைமுகத்தின் இருப்பிடச் சூழல் கருதி, ஐரோப்பாவினுடைய பல்வேறு நாடுகளும் அந்தப் பகுதியின் மீது ஒரு கண் வைத்து இருந்தார்கள்.

1655இல் டச்சுக்காரர்கள் கொழும்பைக் கைப்பற்றினார்கள். பிறகு கொழும்பில் இருந்து அவர்கள் பார்வை தூத்துக்குடியை நோக்கித் திரும்பிற்று. 1658இல் போர்த்துகீசியர்களிடம் இருந்த தூத்துக்குடி, டச்சுக்காரர்களிடம் போய் விட்டது.

டச்சுக்காரர்கள் என்று வழக்கில் நாம் சொல்வது யாரை என்பதை நம்முடைய பிள்ளைகள் அறிந்துகொள்ள வேண்டும். பாடப்புத்தகங்களிலும் டச்சுக்காரர்கள் என்றுதான் இருக்கும். ஐரோப்பாவில் இரண்டு மொழிகள், ஏறத்தாழ ஒரே மாதிரியான ஒலிப்பு உடையவை. ஒரு மொழி டச்சு மொழி. இன்னொன்று டொச்சு மொழி. டொச்சு மொழியைப் பேசுகிறவர்கள் ஜெர்மானியர்கள். டச்சு மொழியைப் பேசுகிறவர்களுடைய நாடு டச்சு நாடு என்று இருந்தது. இன்றைக்கு அதனுடைய பெயர் மாறிவிட்டது. அந்த நாடுதான் இன்றைக்கு நெதர்லாந்து என்று அறியப்படுகிறது.

எனவே இன்றைக்கு நெதர்லாந்து என்று நாம் சொல்கிற அந்த நாட்டினர்தாம், டச்சுச்காரர்களாக அன்றைக்கு கொழும்பையும், தூத்துக்குடியையும் கைப்பற்றினார்கள்.

இவர்கள் இரண்டு பேரைக்காட்டிலும், அது துறைமுகமாக இருக்கிற காரணத்தினாலே, வணிகத்திற்கு பயன்படும் என்பதினாலே அதில் கூடுதல் மோகம் கொண்டவர்களாகப் பிரித்தானியர்கள் இருந்தார்கள்.

எப்படியாவது தூத்துக்குடி, திருச்செந்தூர், திருநெல்வேலி பகுதிகளைக் கைப்பற்றி விடுவதில் ஆங்கிலேயர்களுக்கும் ஒரு பேரார்வம் இருந்தது.

எனவே டச்சுக்காரர்களுக்கும், ஆங்கிலேயர்களுக்கும் இடையே ஒரு பெரிய மோதல்.

மூன்றாண்டுகள் இவர்கள் பொறுப்பில், ஐந்தாண்டுகள் அவர்கள் பொறுப்பில் என்று மாறி மாறி இருந்த காலங்களும் உண்டு.

அப்போதெல்லாம் ஆங்கிலேயர்களைவிட டச்சுக்காரர்களே மேல் என்று அங்கிருந்த பாளையக்காரர்கள் கருதினார்கள். வீரபாண்டியக் கட்டபொம்மன் போன்ற பாளையக்காரர்கள் எல்லாம் டச்சுக்காரர்களோடு ஒப்பந்தம் செய்து கொண்டார்கள். டச்சுக்காரர்களும் பாளையக்காரர்களும் ஒரு பக்கத்திலும், ஆங்கிலேயர்கள் இன்னொரு பக்கத்திலும் இருந்தார்கள்.

பாளையக்காரர்களை ஒழித்தால்தான் டச்சுக்காரர்களை ஒழிக்க முடியும் என்று ஆங்கிலேயர்கள் கண்டுபிடித்தார்கள்.

பிறகுதான் ஜாக்சன் என்கிற கலெக்டர், பானர்மேன் என்கிற ஒரு மேஜர் ஜெனரல் எல்லோரும் வந்தனர். 1799இல் வீரபாண்டிய கட்டபொம்மன் தூக்கிலிடப்பட்ட போது, பாளையக்காரர் களினுடைய சரித்திரம் முடிந்து போயிற்று.

பிறகு மருது சகோதரர்களும், 1802இல் முறியடிக்கப் பட்டதற்குப் பிறகு, ஆங்கிலேயர்கள் கையிலே அந்த நாட்டின் பொறுப்பு வந்தது. மீண்டும் டச்சுக்காரர்கள் மோதி அதைத் தாங்கள் பெற்றுக் கொண்டார்கள். இறுதியாக 1825இல் தூத்துக்குடி, திருநெல்வேலி எல்லாப் பகுதிகளும் முழுமையாக ஆங்கிலேயர்களின் ஆட்சிக்குக் கீழ் வந்தன.

இத்தனை சரித்திரக் குறிப்புகளையும், ஒரு நாவலைப் போல, சுவையோடு படிக்கத்தக்க அளவில் கால்டுவெல் அவர்கள் தொகுத்துத் தந்து இருக்கிறார்.

ஏதோ இந்த நாட்டிற்கு வந்தோம், தங்கள் மதத்தைப் பரப்பினோம், புறப்பட்டோம் என்றில்லாமல், மதத்தைப் பரப்ப வந்த ஒரு பாதிரியார் இந்த நாட்டினுடைய மொழியை முழுமையாகக் கற்றுக்கொண்டு, அக்கம் பக்கத்திலே இருக்கிற மொழிகளையும் கற்றுக்கொண்டு, திராவிட மொழிக்குடும்பம் பற்றி ஒரு பெரிய ஆராய்ச்சியை நடத்தி, தமிழகத்தினுடைய அரசியல் வரலாற்றிலேயே ஒரு திருப்பத்தை உருவாக்கியதோடு மட்டுமன்றி திருநெல்வேலி சரித்திரம் என்ற புத்தகத்தையும் ஆக்கித் தந்திருக்கிறார்.

அந்தப் புத்தகத்திலே வீரபாண்டியக் கட்டபொம்மன் பற்றியும், சின்னமருது பற்றியும் ஏராளமான தகவல்கள் இருக்கின்றன. அங்கிருந்துதான் தேடி எடுத்து ஆய்வாளர்கள் மேலும் விரிவாகப் பல செய்திகளை எழுதத் தொடங்கினார்கள்.

எனவே, கால்டுவெல் நம் தமிழகத்திற்கு தந்திருக்கிற பல கொடைகளில் ஒன்று, அந்தத் 'திருநெல்வேலி சரித்திரம்' என்னும் புத்தகம்.